ஹாக்வார்ட்ஸ் நூலகம்

பெயர்	இறுதி நாள்
R Weasley stinks	overdue 08 JAN
n longbottom	18 FEB
S. Bones is gr8	04 MAR
H. Granger	14 MAR
Padma Patil	24 MAR
E Macmillan	29 MAR
M. Bulstrode	13 APR
H. Granger	02 MAY
D. Malfoy	05 MAY

எச்சரிக்கை: நீங்கள் இப்புத்தகத்தின் பக்கங்களைக் கிழித்தாலோ, கசக்கினாலோ, வெட்டித் துண்டாக்கினாலோ, மடக்கினாலோ, கறையாக்கினாலோ, அல்லது இப்புத்தகத்தைத் தூக்கியெறிந்தாலோ, கீழே போட்டாலோ, அதில் கிறுக்கினாலோ, அல்லது வேறு ஏதாவது வழியில் அதைச் சேதப்படுத்தினாலோ, அல்லது இப்புத்தகத்தை மரியாதைக் குறைவாகக் கையாண்டாலோ, அதன் விளைவுகள் உங்களால் கற்பனை செய்து பார்க்க முடியாத அளவு பயங்கரமாக இருக்கும்.

இர்மா பின்ஸ், ஹாக்வார்ட்ஸ் நூலகர்

பாராட்டு மழையில்

குவிடிச்

மாயாஜால விளையாட்டின் வரலாறு

“வீரதீர மந்திரவாதிகளின் விளையாட்டான குவிடிச் குறித்து வெளியுலகிற்கு இதுவரை தெரியாத பல அரிய தகவல்களை கென்னில்வொர்த்தி விஸ்ப்பின் சிரத்தைமிக்க ஆய்வுகள் இப்போது வெளிக்கொண்டு வந்துள்ளன. மிக அருமையான புத்தகம்.”

பத்தில்டா பேகூஷாட்,
‘எ ஹிஸ்டரி ஆஃப் மேஜிக்’ நூலின் ஆசிரியர்

“கென்னில்வொர்த்தி பெரிதும் ரசிக்கத்தக்க ஒரு புத்தகத்தைப் படைத்துள்ளார். இது ஒரு சிறந்த தகவல் களஞ்சியமாகவும், அதே சமயத்தில் மிகவும் சுவாரசியமாகவும் இருப்பதாகக் குவிடிச் விளையாட்டு ரசிகர்கள் கருதுவார்கள் என்பது உறுதி.”

ஆசிரியர்,
‘விச் புரூம்ஸ்டிக்?’

“இது குவிடிச் விளையாட்டின் தோற்றம் மற்றும் வரலாறு குறித்த ஒரு தீர்க்கமான கலைக்களஞ்சியம். இந்நூலை அனைவரும் அவசியம் படிக்க வேண்டும்.”

புரூட்டஸ் ஸ்கிரிம்ஜர்,
‘த பீட்டர்ஸ் பைபிள்’ நூலின் ஆசிரியர்

"விஸ்ப் ஒரு திறமையான நூலாசிரியர் என்பது இந்நூலின் வாயிலாகத் தெரிகிறது. அவர் தொடர்ந்து இதுபோலவே சிறப்பாக எழுதி வந்தால், வெகு விரைவில் என்னோடு புகைப்படம் எடுத்துக் கொள்ளும் வாய்ப்பு அவருக்குக் கிடைக்கலாம்."

கில்டராய் லாக்ஹார்ட்,
'மேஜிக்கல் மீ' நூலின் ஆசிரியர்

"இந்நூல் கண்டிப்பாக அமோகமாக விற்பனையாகப் போகிறது என்று பந்தயம் கட்ட நான் தயார். நீங்கள் தயாரா?"

லூடோவிக் பேக்மேன்,
இங்கிலாந்து & விம்போர்ன் வாஸ்ப்ஸ்
அணிகளின் அடிப்பவன்

"இதைவிட மோசமானவற்றையெல்லாம் நான் படித்துள்ளேன்."

ரீட்டா ஸ்கீட்டர்,
'டெய்லி புராஃபெட்' செய்திப் பத்திரிகை

குவிடிச்

மாயாஜால விளையாட்டின் வரலாறு

THE HARRY POTTER SERIES

In reading order:
Harry Potter and the Philosopher's Stone
Harry Potter and the Chamber of Secrets
Harry Potter and the Prisoner of Azkaban
Harry Potter and the Goblet of Fire
Harry Potter and the Order of the Phoenix
Harry Potter and the Half-Blood Prince
Harry Potter and the Deathly Hallows

Also available in Latin:
Harry Potter and the Philosopher's Stone
Harry Potter and the Chamber of Secrets

Also available in Welsh, Ancient Greek and Irish:
Harry Potter and the Philosopher's Stone

COMPANION VOLUMES

Available in English, Bangla, Gujarati, Hindi, Kannada, Malayalam, Marathi, Tamil, and Telugu

Fantastic Beasts and Where to Find Them
Quidditch Through the Ages
(Published in aid of Comic Relief and Lumos)

The Tales of Beedle the Bard
(Published in aid of Lumos)

The three companion volumes also available as:
The Hogwarts Library
(Published in aid of Comic Relief and Lumos)

ILLUSTRATED EDITIONS

Illustrated by Jim Kay
Harry Potter and the Philosopher's Stone
Harry Potter and the Chamber of Secrets
Harry Potter and the Prisoner of Azkaban
Harry Potter and the Goblet of Fire
Illustrated by Jim Kay with Neil Packer
Harry Potter and the Order of the Phoenix

Illustrated by Olivia Lomenech Gill
Fantastic Beasts and Where to Find Them

Illustrated by Chris Riddell
The Tales of Beedle the Bard

Illustrated by Emily Gravett
Quidditch Through the Ages

ஜே. கே. ரோலிங்

குவிடிச்

மாயாஜால விளையாட்டின் வரலாறு

கென்னில்வொர்தி விஸ்ப்

படவிளக்கம் செய்தவர் டோமிஸ்லாவ் டோமிக்

in association with

BLOOMSBURY
LONDON OXFORD NEW YORK NEW DELHI SYDNEY

Whizz Hard Books
129B Diagon Alley, London

BLOOMSBURY INDIA
Bloomsbury Publishing India Pvt. Ltd
Second Floor, LSC Building No. 4, DDA Complex, Pocket C – 6 & 7,
Vasant Kunj, New Delhi 110070

BLOOMSBURY, BLOOMSBURY INDIA and the Diana logo are trademarks of
Bloomsbury Publishing Plc

First published in Great Britain in 2001 by Bloomsbury Publishing Plc

Tamil translation of *Quidditch Through the Ages*
First published in Tamil, 2023

Tamil edition co-ordination by TranslationPanacea, Pune
Translated from English to Tamil by PSV Kumarasamy

Text design by Becky Chilcott

ISBN: 978-93-88134-35-4
2 4 6 8 10 9 7 5 3 1

Printed and bound in India by Thomson Press India Ltd

Comic Relief (UK) was set up in 1985 by a group of British comedians to raise funds for projects promoting social justice and helping to tackle poverty. Monies from the worldwide sales of this book will go to help children and young people in the UK and around the world, preparing them to be ready for the future – to be safe, healthy, educated and empowered.

Comic Relief is the trading name of Charity Projects, a registered charity in the UK with charity nos. 326568 (England/Wales) and SC039730 (Scotland).

Named after the light-giving spell in the Harry Potter books, Lumos is a charity founded by J.K. Rowling. Lumos are fighting for every child's right to a family, by transforming care systems around the world. Our aim is to light a path to a brighter future for children, where all children can grow up in safe and loving families.

We are fighting for family. We are Lumos.
To find out more visit www.wearelumos.org

Lumos is the operating name of Lumos Foundation, a company limited by guarantee registered in England and Wales, number 5611912. Registered charity number 1112575

FSC www.fsc.org
MIX
Paper from responsible sources
FSC® C010615

To find out more about our authors and books visit www.bloomsbury.com and sign up for our newsletters

இப்புத்தகத்தை எழுதியதற்காகவும்,
இதிலிருந்து கிடைக்கும் ராயல்டி தொகை
முழுவதையும் லூமோஸ் மற்றும் காமிக் ரிலீஃப்
தொண்டு நிறுவனங்களுக்குப்
பெருந்தன்மையுடன் அளித்துள்ளமைக்காகவும்
ஜே. கே. ரோலிங்
அவர்களுக்கு மிக்க நன்றி.

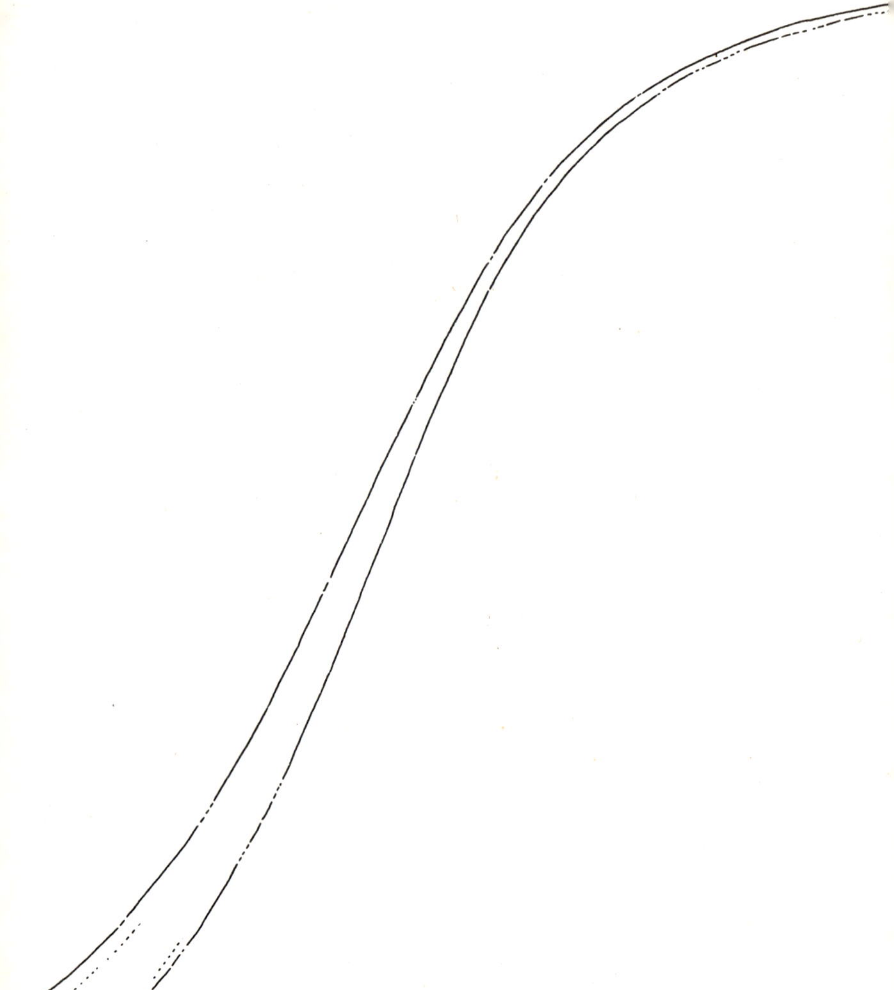

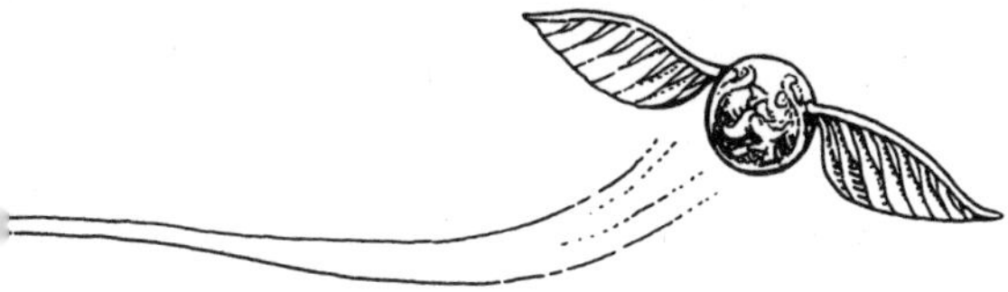

உள்ளடக்கம்

அணிந்துரை

‘குவிடிச் மாயாஜால விளையாட்டின் வரலாறு’ புத்தகம் ஹாக்வார்ட்ஸ் நூலகத்திலுள்ள பிரபலமான புத்தகங்களில் ஒன்று. இப்புத்தகத்தின் பக்கங்கள் தினந்தோறும், ‘பிராண்டப்படுவதாகவும், கிறுக்கப்படுவதாகவும், மொத்தத்தில் மோசமாகக் கையாளப்படுவதாகவும்,’ நம்முடைய நூலகர் பின்ஸ் என்னிடம் கூறுகிறார். ஒரு புத்தகத்திற்கு இதைவிடச் சிறந்த பாராட்டு எதுவும் கிடைக்க முடியாது. குவிடிச் விளையாட்டைத் தொடர்ந்து விளையாடுபவர்களும் பார்ப்பவர்களும் விஸ்ப்பின் இப்புத்தகத்தைப் பெரிதும் ரசிப்பர். அதேபோல, மந்திரஜாலத்தின் பொதுவான வரலாற்றின்மீது ஈடுபாடு காட்டுபவர்களுக்கும் இது சுவாரசியமாகவே இருக்கும். குவிடிச் விளையாட்டை நாம் உருவாக்கிய அளவுக்கு அவ்விளையாட்டும் நம்மை உருவாக்கியுள்ளது. ஏனெனில், குவிடிச் விளையாட்டு, உலகெங்கும் பல துறைகளிலும் ஈடுபட்டுள்ள மந்திரவாதிகளையும் மந்திரவாதினிகளையும் ஒன்றிணைக்கிறது; பூரிப்புக் கணங்கள், வெற்றிக் கணங்கள் மற்றும் (இங்கிலாந்து குவிடிச் குழுவான ‘சட்லி கேனன்ஸின்’ ஆதரவாளர்களைப் பொருத்தவரை) விரக்திக் கணங்களை நாம் பகிர்ந்து கொள்ள வாய்ப்பளிக்கிறது.

பெருவாரியான மக்களுக்குப் பயன்படும் வகையில் இந்நூலை மொழிபெயர்க்க அதைத் தன் நூலகத்திலிருந்து கடனாகக் கொடுத்து உதவுவதற்கு நூலகர் பின்ஸை சம்மதிக்க வைக்க நான் மிகவும் சிரமப்பட்டேன் என்பதை நான் இங்கு கூறிக் கொள்ள விரும்புகிறேன். இப்புத்தகத்தைப் படிப்பதற்கு மகுள்களையும் அனுமதிக்க வேண்டும் என்று நான் கூறியவுடன் அவருக்கு வாயடைத்துப் போனது. அவர் பல நிமிடங்கள் கண் இமைக்கக்கூட மறந்து, ஆடாமல் அசையாமல் ஒரு சிலைபோல நின்றார். அவர் தன்னிலைக்குத் திரும்பியதும், நான் என் அறிவை எங்கேனும் கடன் கொடுத்துவிட்டேனா என்று அவர் என்னிடம் கேட்கத் தயங்கவில்லை. என் அறிவு பிசகியிருக்கவில்லை என்பதற்கு அவருக்கு உத்தரவாதம் கொடுத்துவிட்டு, நான் ஏன் இந்த அசாதாரணமான முடிவுக்கு வந்தேன் என்பதை நான் அவருக்கு விளக்கினேன்.

காமிக் ரிலீஃப் மற்றும் லூமோஸ் தொண்டு நிறுவனத்தை மகுள் வாசகர்களுக்கு அறிமுகப்படுத்த வேண்டிய தேவையில்லை என்பதால், இப்புத்தகத்தை வாங்கியுள்ள மந்திரவாதிகள் மற்றும் மந்திரவாதினிகள் தெரிந்து கொள்ளும் பொருட்டு, நான் பின்ஸ் அம்மையாருக்குக் கூறிய விளக்கத்தை இங்கு மீண்டும் குறிப்பிடுகிறேன். காமிக் ரிலீஃப் அமைப்பு ஏழ்மையையும் அநீதியையும் எதிர்த்துப் போராட கேடயமாகப் பயன்படுத்துகிறது பயன்படுத்துகிறது. காமிக் ரிலீஃப், வறுமை மற்றும் அநீதியை எதிர்த்துப் போராட நகைச்சுவையை மிகவும் கற்பனைத் திறனுடன் கேடயமாகப் பயன்படுத்துகிறது. நிதி திரட்டவும், உயிர்களைக் காப்பாற்றவும், மேம்படுத்தவும், அதைப் பயன்படுத்துகிறது - அது நாம் அனைவரும் மிகவும் விரும்பும் மாயாஜால பிராண்ட். இதையடுத்து, லூமோஸ் இருண்ட இடங்களுக்கு வெளிச்சம் தருகிறது, உலகத்திலிருந்து

மறைக்கப்பட்ட குழந்தைகளை வெளிப்படுத்துகிறது மற்றும் அவர்களை வீட்டிற்கு வழிநடத்துகிறது. இப்புத்தகத்தை நீங்கள் வாங்க வேண்டுமென்று நான் உங்களுக்குப் பரிந்துரைக்கிறேன். இதை வாங்குவதன் மூலம் நீங்களும் இந்த அமைப்பின் மகத்தான நோக்கத்திற்கு உங்களுடைய பங்களிப்பை அளிப்பீர்கள். நீங்கள் பணம் கொடுக்காமல் இப்புத்தகத்தைப் படித்தீர்கள் என்றால் 'தீஃப்ப்ஸ் கர்ஸ்' ஒன்று உங்கள்மீது பாயும் என்பதை நினைவில் வைத்துக் கொள்ளுங்கள்.

நூலகர் பின்ஸ் இந்த விளக்கத்தால் உந்தப்பட்டுத் தன் நூலகப் புத்தகம் ஒன்றை மனமுவந்து மகுள்களுக்கு அளிக்க முன்வந்தார் என்று நான் கூறினால் அது வாசகர்களை ஏமாற்றுவதாகும். அவர் என் யோசனைக்குப் பல மாற்றுக் கருத்துக்களை முன்வைத்தார். நூலகம் எரிந்து போய்விட்டது என்று காமிக் ரிலீஃப் மற்றும் லூமோஸ் அமைப்பில் உள்ளவர்களிடம் கூறிவிடலாம், இது குறித்து எந்தவிதமான அறிவுறுத்தல்களும் கொடுக்காமல் நான் திடீரென்று மாண்டுவிட்டதாகக் கூறிவிடலாம் போன்ற யோசனைகளும் அவற்றில் அடங்கும். ஆனால் நான் பிடிவாதமாக இருந்ததால், இப்புத்தகத்தைக் கடன் கொடுப்பதற்குப் பெரும் தயக்கத்துடன் அவர் ஒப்புக் கொண்டார். ஆனால் அதைக் கொடுக்கும் நேரம் வந்தபோது, புத்தகத்தை இறுகப் பற்றியிருந்த அவருடைய விரல்களை நான் வலுக்கட்டாயமாக விடுவித்து அவரிடமிருந்து அதைப் பிடுங்க வேண்டியிருந்தது.

பொதுவாக மாயாஜால நூலகப் புத்தகங்களின்மீது ஏவப்படும் சாபங்கள் அனைத்தையும் நான் இப்புத்தகத்திலிருந்து எடுத்துவிட்டிருந்தாலும், அதன் எச்ச சொச்சங்கள் ஒருசில இதில் ஒட்டிக் கொண்டிருக்கக்கூடும்.

தன் வசமிருக்கும் புத்தகங்களில் அசாதாரணமான சாபங்களை ஏற்றி வைப்பது நூலகர் பின்ஸின் வழக்கம். கடந்த வருடத்தில் ஒரு முறை நான் அவருடைய நூலகத்திலிருந்து எடுத்திருந்த 'உருவமாற்று மந்திரம் குறித்தக் கோட்பாடுகள்,' புத்தகத்தில் ஏதோ ஒரு நினைப்பில் நான் கிறுக்கத் தொடங்கினேன். அடுத்தக் கணம் அப்புத்தகம் துள்ளிக் குதித்து என் தலையில் 'நொங்' 'நொங்' என்று கடுமையாகக் குட்டத் தொடங்கிவிட்டது. அதனால் நீங்கள் இப்புத்தகத்தை எவ்வாறு கையாள்கிறீர்கள் என்பது குறித்து கவனமாக இருங்கள். இதன் பக்கங்களைக் கிழிக்காதீர்கள். இதைக் குளியல் அறைக்கு எடுத்துச் செல்லாதீர்கள். நீங்கள் எங்கே இருந்தாலும், நூலகர் பின்ஸ் உங்களைத் தேடிக் கண்டுபிடித்து உங்கள்மீது பெரும் அபராதம் விதிப்பார் என்று என்னால் உறுதியாகக் கூற முடியும்.

காமிக் ரிலீஃப் மற்றும் லூமோஸ் அமைப்பிற்கு ஆதரவு அளிப்பதற்காக நான் உங்களுக்கு நன்றி கூறக் கடமைப்பட்டுள்ளேன். அதே சமயம், மகுள்கள் தங்கள் வீடுகளில் குவிடிச் விளையாட்டை விளையாட முயற்சிக்க வேண்டாம் என்று நான் தாழ்மையுடன் கேட்டுக் கொள்கிறேன். ஏனெனில், இது முழுக்க முழுக்கக் கற்பனையான ஒரு விளையாட்டு. இதை எவரும் உண்மையில் விளையாடுவதில்லை. அடுத்தக் குவிடிச் போட்டியில் 'படுல்மியர் யுனைட்டெட்' குழு வெற்றி பெற அவர்களை வாழ்த்துவதற்கு நான் இந்த வாய்ப்பைப் பயன்படுத்திக் கொள்கிறேன்.

ஆல்பஸ் டம்பிள்டோர்

1

பறக்கும் துடப்பத்தின் பரிணாம வளர்ச்சி

மந்திரவாதிகள் எந்தவிதமான உபகரணங்களும் இன்றி வானத்தில் மனித வடிவில் பறக்க உதவும் மந்திரங்கள் எதுவும் இதுவரை கண்டுபிடிக்கப்படவில்லை. அரிதாகக் காணப்படுகின்ற அனிமாகஸ் மந்திரவாதிகள் பறவைகளாக மாறும்போது வானில் பறப்பதை ரசித்து அனுபவிக்கின்றனர் என்றாலும், அது அபூர்வமாகவே நடக்கிறது. எடுத்துக்காட்டாக, ஒரு வௌவாலாக மாறும் மந்திரவாதி அல்லது மந்திரவாதினியால் வானில் பறக்க முடியும் என்பது உண்மைதான் என்றாலும், உருமாறியவுடன் அவர்களுக்கு வௌவாலின் மூளைதான் இருக்கும் என்பதால், தாங்கள் எங்கே போக வேண்டும் என்பதே அவர்களுக்கு மறந்துவிடும். தரையிலிருந்து அந்தரத்தில் மேலே எழும்புதல் மந்திரவாதிகளிடையே பரவலான ஒரு விஷயம் என்றாலும், நம்முடைய மூதாதைய மந்திரவாதிகள் தரையிலிருந்து ஐந்தடி உயரம்வரை மேலே எழும்புவதோடு திருப்தி அடையவில்லை. வானில் பறவையைப்போலப் பறக்க அவர்கள் விரும்பினர். ஆனால் அசௌகரியமான இறக்கைகளை வளர்த்துக் கொள்ள வேண்டிய தேவை இல்லாமல் அதைச் சாதிக்க அவர்கள் விரும்பினர்.

பிரிட்டனில் இன்று வசித்து வருகின்ற மந்திரவாதிகளின் வீடுகள் ஒவ்வொன்றிலும் குறைந்தபட்சம் ஒரே ஒரு மந்திரத் துடப்பமாவது இருப்பதை நாம் சாதாரணமாக எடுத்துக் கொள்கிறோம். அது ஏன் என்ற கேள்வியை நாம் வெகு அரிதாகவே கேட்கிறோம். அற்பப் பொருளான துடப்பம் சட்டபூர்வமாக மந்திரவாதிகளின் வாகனமாக ஏன் ஆனது? கீழை நாடுகளில் பிரபலமாக உள்ள மந்திரக் கம்பளத்தை நாம் ஏன் சுவீகரித்துக் கொள்ளவில்லை? பறக்கும் பீப்பாய்கள், பறக்கும் நாற்காலிகள், பறக்கும் குளியலறைத் தொட்டிகள் போன்ற எதையும் தேர்ந்தெடுக்காமல் நாம் ஏன் போயும் போயும் ஒரு துடப்பத்தைத் தேர்ந்தெடுத்தோம்?

தங்களுடைய மந்திரசக்தியின் முழுவீச்சைப் பற்றி அண்டைவீட்டு மகுள்களுக்குத் தெரிய வந்தால், அவர்கள் கண்டிப்பாக அதைத் தங்களுக்குச் சாதகமாகப் பயன்படுத்திக் கொள்ள முனைவார்கள் என்பதை மந்திரவாதிகளும் மந்திரவாதினிகளும் அறிந்திருந்த காரணத்தால், தேவையின்றித் தங்களுடைய மந்திர சக்தியைப் பறைசாற்றிக் கொள்ளாமல் இருப்பதற்காக, 'இன்டர்நேஷனல் ஸ்டேட்யூட் ஆஃப் விஸர்டிங் சீக்ரஸி' சட்டம் அமலுக்கு வருவதற்கு வெகுகாலத்திற்கு முன்பாகவே அவர்கள் புத்திசாலித்தனமாக இந்த முடிவை எடுத்தனர். மந்திரவாதிகள் தங்கள் வீடுகளில் பறக்கும் வாகனம் ஒன்றை வைத்திருக்க வேண்டுமென்றால், அது ரகசியமான ஒன்றாக இருப்பதோடு, எளிதில் ஒளித்து வைக்கப்படக்கூடியதாகவும் இருக்க வேண்டும். எல்லா வழிகளிலும் துடப்பம் இதற்குப் பொருத்தமானதாக இருந்தது. மகுள்கள் அதைப் பார்த்தாலும்கூட, ஒரு வீட்டில் துடப்பம் ஏன் இருக்கிறது என்று எவரும் அவர்களுக்கு விளக்கம் அளிக்க வேண்டியதில்லை. அதை

எளிதாக ஓரிடத்திலிருந்து மற்றோர் இடத்திற்கு எடுத்துச் சென்றுவிடலாம். அதோடு, அது மலிவானதும்கூட. ஆனாலும், முதன்முதலில் வடிவமைக்கப்பட்டப் பறக்கும் துடப்பங்களில் பல குறைபாடுகள் இருந்தன என்பது உண்மை.

ஐரோப்பாவில் கி.பி. **962** வாக்கிலேயே மந்திரவாதிகளும் மந்திரவாதினிகளும் பறக்கும் துடப்பங்களைப் பயன்படுத்தி வந்திருந்ததை உறுதிப்படுத்தும் ஆவணங்கள் நிறையவே உள்ளன. மூன்று மந்திரவாதிகள் தங்களுடைய மந்திரத் துடப்பங்களிலிருந்து இறங்கும் காட்சி ஒன்று இக்காலகட்டத்தைச் சேர்ந்த ஓர் அழகிய ஜெர்மானிய ஏட்டில் சித்தரிக்கப்பட்டுள்ளது. அதில் அவர்களுடைய முகங்களில் வியப்பும் அசௌகரிய உணர்வும் தென்படும். தான் மாண்ட்ரோஸிலிருந்து ஆர்ப்ரோத் வரை தன்னுடைய மந்திரத் துடப்பத்தில் பறந்து வந்தபோது துடப்பக் குச்சிகளால் குத்தப்பட்டுப் புண்ணாகிப் போன தன்னுடைய பிட்டங்களைப் பற்றி ஸ்காட்லாந்தைச் சேர்ந்த மந்திரவாதி குத்ரி லோச்ரின் **1107**ல் எழுதி வைத்துள்ளார்.

லண்டனிலுள்ள குவிடிச் அருங்காட்சியகத்தில் காட்சிக்கு வைக்கப்பட்டுள்ள மத்திய காலகட்டத்தைச் சேர்ந்த ஒரு மந்திரத் துடப்பம் லோச்ரின் விவரித்த

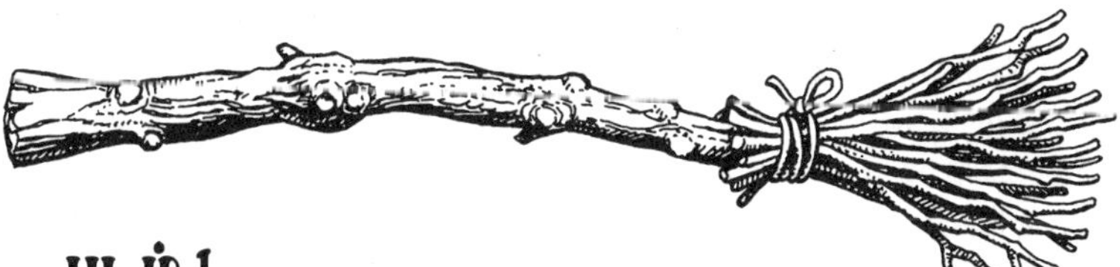

படம் 1

அசௌகரியம் என்ன என்பதை நமக்குக் காட்டுகிறது (1வது படத்தைப் பார்க்கவும்). முண்டும் முடிச்சுகளுமாக இருக்கும் ஓர் ஆஷ் மரக்கட்டையின் ஒரு முனையில் ஹேசல் மரக் குச்சிகளைத் தாறுமாறாக அடுக்கிக் கட்டப்பட்ட ஒன்றுதான் அந்தத் துடப்பம். அது உட்காருவதற்கும் சௌகரியமாக இருக்காது, பறப்பதற்கும் ஏதுவானதாக இருக்காது. அதன்மீது ஏவப்பட்டிருக்கும் மந்திரங்களும் மிகச் சாதாரணமானவையே. அந்தத் துடப்பத்தால் ஒரே ஒரு வேகத்தில் மட்டுமே செல்ல முடியும், அதுவும் முன்னோக்கி மட்டுமே செல்ல முடியும். அது மேலே செல்லும் அல்லது கீழே செல்லும் அல்லது நின்ற நிலையில் இருக்கும்.

அந்தக் காலகட்டத்தில் மந்திரவாதக் குடும்பங்கள் தங்களுடைய மந்திரத் துடப்பங்களைத் தாங்களே தயாரித்து வந்ததால், அவற்றின் வேகம், சௌகரியம் போன்றவற்றில் பெரும் வேறுபாடுகள் இருந்தன. இருபதாம் நூற்றாண்டு வந்தபோது, மந்திரவாதிகள் பண்டமாற்றுச் சேவையைக் கற்றுக் கொண்டதால், மந்திரத் துடப்பங்களைத் திறமையாகச் செய்யத் தெரிந்த ஒரு மந்திரவாதி அதை வேறொரு மந்திரவாதிக்குக் கொடுத்துவிட்டு, அதற்கு பதிலாக அந்த மந்திரவாதிக்குச் சிறப்பாக வரும் வேறொரு பொருளை, எடுத்துக்காட்டாக, வசிய மருந்தை, அவரால் பெற்றுக் கொள்ள முடிந்தது. மந்திரத் துடப்பங்களின் சௌகரியங்கள் அதிகரிக்கத் தொடங்கியதும், ஓரிடத்திலிருந்து மற்றோர் இடத்திற்குச் செல்வதற்கு மட்டுமே பயன்படுத்தப்படும் ஒரு கருவியாக இல்லாமல் உல்லாசத்திற்காகவும் அவை அதிகமாகப் பயன்படுத்தப்படலாயின.

2

பழங்காலத் துடப்ப விளையாட்டுகள்

மந்திரத் துடப்பங்களில் பறப்பவர்கள் தங்களுடைய துடப்பங்களின் வேகத்தைத் தங்கள் விருப்பம்போலக் கட்டுப்படுத்தவும், தாங்கள் விரும்பிய உயரத்தில் பறக்கவும், திருப்பங்களில் இலகுவாகத் திரும்பவும் உதவக்கூடிய அளவுக்கு மந்திரத் துடப்பங்களின் தயாரிப்பில் முன்னேற்றம் ஏற்பட்ட உடனேயே துடப்ப விளையாட்டுகள் தொடங்கிவிட்டன. மந்திரவாதிகள் எழுதி வைத்துள்ள விஷயங்களும், அவர்கள் வரைந்து வைத்துள்ள ஓவியங்களும் நம்முடைய மூதாதையர்கள் விளையாடிய விளையாட்டுகள் குறித்து நாம் ஓரளவு புரிந்து கொள்ள உதவுகின்றன. அந்த விளையாட்டுகளில் பல இன்று நம்மிடையே இல்லை. ஒரு சில தப்பிப் பிழைத்துள்ளன. வேறு சில, காலப்போக்கில் பல மாறுதல்களுக்கு உள்ளாகி நாம் இன்று அறிந்துள்ள வடிவத்தை அடைந்துள்ளன.

பெரிதும் கொண்டாடப்படும் சுவீடன் வருடாந்திரத் துடப்பப் பந்தயம் பத்தாம் நூற்றாண்டில் தொடங்கிய ஒன்றாகும். அப்போட்டியில் பங்கேற்றவர்கள் சுமார் முந்நூறு மைல்கள் தூர இடைவெளியில் இருக்கும் கோப்பர்பெர்கிற்கும் அர்ஜேபிளாகிற்கும் இடையே பறந்தனர். அப்போட்டிக்கான பாதை, டிராகன்கள் சரணாலயம் ஒன்றின் நேர் குறுக்காகச் சென்றது. வெள்ளியில் செய்யப்பட்டிருக்கும் அதன் வெற்றிக்

கோப்பை 'சுவீடிஷ் ஷார்ட்-ஸ்னௌட்' என்ற டிராகனின் வடிவில் இருக்கும். இப்போதெல்லாம் இது ஒரு சர்வதேச நிகழ்ச்சியாகக் கொண்டாடப்படுகிறது. உலகெங்கிலும் இருந்து இதைக் கண்டுகளிக்க வரும் மந்திரவாதிகள் முதலில் கோப்பர்பெர்கிற்கு வந்து, போட்டியில் கலந்து கொள்ளும் வீரர்களை உற்சாகப்படுத்திவிட்டு, தங்களுடைய மந்திரசக்தியைப் பயன்படுத்தி அங்கிருந்து மறைந்து அடுத்தக் கணம் அர்ஜேபிளாகில் தோன்றி, போட்டியில் தப்பிப் பிழைத்திருப்பவர்களைப் பாராட்டுவதற்காக அங்கு காத்திருப்பர்.

1105ம் ஆண்டு வரையப்பட்ட, **குந்தர் டெர் ஜீவால்டாட்டிஜ் இஸ்ட் டெர் ஜிவின்னர்** ('மூர்க்கமான குந்தர்தான் வெற்றியாளன்') எனும் மிகப் பிரபலமான ஜெர்மானிய ஓவியம், பழங்கால ஜெர்மானிய விளையாட்டான **ஸ்டிச்ஸ்டாக்கை** நம் கண்முன் கொண்டுவந்து நிறுத்துகிறது. அந்த விளையாட்டில் இருபதடி உயரக் கம்பு ஒன்று நடப்பட்டிருக்கும். அதன் உச்சியில், காற்று செலுத்தி உப்ப வைக்கப்பட்டிருக்கும் டிராகனின் சிறுநீர்ப்பை ஒன்று கட்டப்பட்டிருக்கும். அந்தச் சிறுநீர்ப்பையைக் காப்பாற்ற வேண்டிய பொறுப்பு ஒரு விளையாட்டு வீரருக்கு அளிக்கப்பட்டிருக்கும். அந்தக் கம்பில் கட்டப்பட்டிருக்கும் ஒரு கயிறு அந்த விளையாட்டு வீரரின் இடுப்போடு பிணைக்கப்பட்டிருக்கும். அவர் பத்தடிக்கு மேல் போகாமல் இருப்பதற்காகத்தான் இந்த ஏற்பாடு. மற்ற விளையாட்டு வீரர்கள் ஒருவர் பின் ஒருவராகத் தங்களுடைய மந்திரத் துடப்பங்களில் பறந்து சென்று அந்த டிராகனின் சிறுநீர்ப்பையில் ஓட்டை போட வேண்டும். இதற்காகவே வடிவமைக்கப்பட்டிருக்கும் கூரான முனைகள் அவர்களுடைய துடப்பங்களின் முன்பக்கத்தில் பொருத்தப்பட்டு இருக்கும். அந்த சிறுநீர்ப்பையைக்

Günther der Gewalttätige ist der Gewinner

காக்கும் பொறுப்பில் இருக்கும் வீரர், அதில் ஓட்டை போட வரும் வீரர்களைத் தடுக்கத் தன் மந்திரக்கோலைப் பயன்படுத்த அனுமதி உண்டு. டிராகனின் சிறுநீர்ப்பையில் வெற்றிகரமாக ஓட்டை போடப்பட்டாலோ, அதைக் காக்கும் பணியிலிருப்பவர் எதிராளிகள் அனைவரையும் தன் மந்திரசக்தி மூலம் செயலிழக்க வைத்துவிட்டாலோ, அல்லது அவர்கள் அனைவரும் களைத்துச் சோர்ந்துவிட்டாலோ ஆட்டம் முடிந்துவிடும். பதினான்காம் நூற்றாண்டுக்குப் பிறகு இந்த விளையாட்டு விளையாடப்படவில்லை.

அயர்லாந்தில் **ஐன்ஜின்ஜைன்** என்ற விளையாட்டு மிகப் பிரபலமாக இருந்தது. அயர்லாந்தின் நாட்டுப்புறப் பாடல்கள் பலவற்றின் மையக் கருவாக இவ்விளையாட்டு இருந்துள்ளது (மிகப் பிரபலமான மந்திரவாதியான 'பயமறியா ஃபிங்கல்' ஒரு ஐன்ஜின்ஜைன் சாம்பியன் என்று பேசப்படுவதுண்டு). ஒரு மைதானத்தில் உயரமான பெரிய கம்புகள் நடப்பட்டு, எரிந்து கொண்டிருக்கும் பெரிய பீப்பாய்கள் அவற்றின் உச்சியில் பொருத்தப்பட்டிருக்கும். இவ்விளையாட்டில் பங்கேற்கும் வீரர்கள், 'டோம்' எனப்படும் பந்தை (அது உண்மையில் ஒரு வெள்ளாட்டின் பித்தப்பை) ஒவ்வொருவராகத் தங்கள் கைகளில் எடுத்துக் கொண்டு, தங்களுடைய மந்திரத் துடப்பங்களில் ஏறி, எரிந்து கொண்டிருக்கும் அந்தப் பீப்பாய்களின் ஊடாகப் பறந்து சென்று, கடைசியில் இருக்கும் பீப்பாயின் ஊடாக அப்பந்தை எறிய வேண்டும். எந்த வீரர் தன்மீது தீப்பற்றிக் கொள்ளாமல் இந்த சாகசத்தைக் குறைந்த நேரத்தில் செய்து முடிக்கிறாரோ அவரே அப்போட்டியில் வெற்றி பெற்றவராக அறிவிக்கப்படுவார்.

துடப்ப விளையாட்டுகளிலேயே மிகவும் ஆபத்தான ஒன்றாகக் கருதப்படுகின்ற **கிரியோத்சியன்** உருவான இடம் ஸ்காட்லாந்து. அந்த விளையாட்டைப் பற்றிய குறிப்பு ஒன்று பதினோராம் நூற்றாண்டில் 'கேலிக்'

மொழியில் எழுதப்பட்டுள்ள துன்பியல் கவிதை ஒன்றில் இடம்பெற்றுள்ளது. அதன் முதல் பாடலின் மொழிபெயர்ப்பை இங்கு பார்க்கலாம்:

பன்னிரண்டு துடிப்பான வீரர்கள் தலையில்
பானைகளுடன் காத்திருந்தனர்.
ஊதுகுழலின் பிளிறல் சத்தம் மைதானத்தை
மொத்தமாய் நிறைத்தவுடன்,
தங்கள் துடப்பங்களில் ஏறி விரைந்தனர்
விர்ரென்று விண்ணில்.
அவர்களில் பத்துப் பேரை அபகரிக்கக்
காத்திருந்தான் காலன்.

கிரியோத்சியன் விளையாட்டில் பங்கு பெற்ற வீரர்கள் ஒவ்வொருவரின் தலையிலும், வாய் மேலே பார்த்தபடி, ஒரு சிறிய பானை கட்டப்பட்டிருக்கும். அந்த விளையாட்டு மைதானத்தில் நூறடி உயரத்திற்கு மேல் சிறிய பாறைகளும் கற்களும் மந்திரத்தால் கட்டுண்டு சுற்றிக் கொண்டிருக்கும். ஓர் ஊதுகுழல் முழங்கியவுடன் அல்லது ஒரு தாரை அடிக்கப்பட்டவுடன் அவை பூமியை நோக்கிக் கீழே விழத் தொடங்கும். கிரியோத்சியன் விளையாட்டு வீரர்கள் விண்ணில் பாய்ந்து, தங்களால் முடிந்த அளவு, தங்கள் தலையிலுள்ள பானைகளில் அக்கற்களைப் பிடிக்க முயல்வர். பல ஸ்காட்லாந்து மந்திரவாதிகள், ஆண்மை மற்றும் வீரத்தின் உச்சகட்டச் சோதனையாக அந்த விளையாட்டைக் கருதினர். அந்த விளையாட்டில் எண்ணற்றோர் இறந்து போனாலும், மத்தியக் காலகட்டத்தில் அது மிகவும் பிரபலமாக இருந்தது. 1762ல் இவ்விளையாட்டு முற்றிலுமாகத் தடை செய்யப்பட்டது. 1960களில் இவ்விளையாட்டிற்குப் புத்துயிர் ஊட்ட 'மண்டை வளைந்த மேக்னஸ் மெக்டொனால்டு' தீவிரமாக முயற்சி செய்தபோதிலும், மினிஸ்ட்ரி ஆஃப் மேஜிக் அத்தடையை நீக்க மறுத்துவிட்டது.

ஒரு சமயம், இங்கிலாந்திலுள்ள டெவான் பகுதியில் **ஷன்ட்பம்ப்ஸ்** என்ற விளையாட்டு மிகவும் பிரபலமாக இருந்தது. ஒரு விதத்தில் பார்த்தால், அவ்விளையாட்டு, குதிரைமீது அமர்ந்து ஈட்டிப்போர் புரிவதற்கு ஒப்பானது. இந்த விளையாட்டில் ஈடுபடும் வீரர்கள் தங்களால் முடிந்தவரை மந்திரத் துடப்பங்களில் உட்கார்ந்திருக்கும் பிற வீரர்களைக் கீழே தள்ளிவிட வேண்டும். கீழே விழாமல் எஞ்சி இருக்கும் வீரரே வெற்றியாளராவார்.

சுவிவன்ஹாட்ஜ் விளையாட்டு, இங்கிலாந்திலுள்ள ஹியர்ஃபோர்டுஷயர் என்ற இடத்தில் தோன்றியது. ஸ்டிச்ஸ்டாக் விளையாட்டைப்போலவே இதிலும் காற்றை நுழைத்துப் பெரிதாக்கப்பட்டிருக்கும் சிறுநீர்ப்பை ஒன்று ஒரு பந்துபோலப் பயன்படுத்தப்பட்டது. இதில் பரவலாகப் பன்றியின் சிறுநீர்ப்பை உபயோகப்படுத்தப்பட்டது. இதில் பங்கேற்ற விளையாட்டு வீரர்கள் தங்கள் துடப்பங்களில் பின்னால் தள்ளி உட்கார்ந்து கொண்டு, தங்கள் துடப்பங்களின் குச்சிப் பகுதியை வைத்து அந்தப் பந்தை எதிராளியை நோக்கி அடிக்க வேண்டும். அதை எதிராளி தவறவிட்டுவிட்டால், அடித்தவனுக்கு ஒரு புள்ளி வழங்கப்படும். யார் முதலில் ஐம்பது புள்ளிகளை எடுக்கிறாரோ அவரே அப்போட்டியில் வென்றவராகக் கருதப்படுவார்.

சுவிவன்ஹாட்ஜ் விளையாட்டு இன்றும் இங்கிலாந்தில் விளையாடப்பட்டு வந்தாலும், அது அவ்வளவாகப் பிரபலமாகவில்லை. ஷன்ட்பம்ப்ஸ் விளையாட்டு, சிறுவர்களின் விளையாட்டாக ஆகிவிட்டது. மந்திரவாத உலகில் பின்னொரு நாள் மிகப் பிரபலமாக ஆகவிருந்த ஒரு விளையாட்டு குவிர்டிச் சதுப்பு நிலப் பகுதியில் உருவாக்கப்பட்டுக் கொண்டிருந்தது.

3

குவிர்டிச் சதுப்பு நிலப் பகுதியில் உருவான விளையாட்டு

குவிடிச் விளையாட்டின் கரடுமுரடான துவக்கத்தைப் பற்றி நமக்குத் தெரிய வந்துள்ள விஷயங்களுக்காக கெர்ட்டி கெடில் என்ற மந்திரவாதினிக்குத்தான் நாம் நன்றி சொல்ல வேண்டும். அவர் பதினோராம் நூற்றாண்டில் குவிர்டிச் சதுப்பு நிலப் பகுதியின் எல்லையோரமாக வாழ்ந்து வந்தார். தவறாமல் நாட்குறிப்பு எழுதுவதை அவர் வழக்கமாகக் கொண்டிருந்தது நம் அதிர்ஷ்டம் என்றுதான் கூற வேண்டும். அவருடைய நாட்குறிப்புகள் இப்போது லண்டனிலுள்ள குவிடிச் அருங்காட்சியகத்தில் உள்ளன. அவர் ஸேக்ஸன் மொழியில் எழுத்துப்பிழைகளுடன் எழுதியிருந்த குறிப்புகளின் மொழியாக்கத்திலிருந்து சிலவற்றை இப்போது பார்க்கலாம்:

செவ்வாய்க்கிழமை. மிகவும் வெப்பமாக இருக்கிறது. சதுப்பு நிலத்தின் மறுபுறத்தில் இருப்பவர்கள் மீண்டும் தங்கள் ஆட்டத்தை ஆரம்பித்துவிட்டனர். துடைப்பங்களைக் கொண்டு விளையாடும் முட்டாள்தனமான ஒரு விளையாட்டு அது. என் வீட்டு முட்டைக்கோஸ் தோட்டத்தில் ஒரு பெரிய தோல் பந்து வந்து விழுந்தது. அதை எடுக்க வந்தவனை நான் மந்திரத்தால் தாக்கினேன். காட்டுப் பன்றிபோல

இருக்கும் அவன் தன் முழங்கால்கள் பின்பக்கமாகத் திரும்பியிருக்கும் நிலையில் விண்ணில் பறந்து செல்வதைப் பார்க்க நான் ஆவலாக உள்ளேன்.

செவ்வாய்க்கிழமை. ஈரமான நாள். நெட்டில் மூலிகைச் செடியைப் பறிப்பதற்காக நான் சதுப்பு நிலத்திற்குச் சென்றிருந்தேன். துடப்ப மடையர்கள் மறுபடியும் விளையாடத் தொடங்கியிருந்தனர். நான் ஒரு பாறைக்குப் பின்னாலிருந்து கொஞ்ச நேரம் அவ்விளையாட்டைப் பார்த்தேன். இப்போது அவர்களிடம் ஒரு புதிய பந்து இருந்தது. அதை அவர்கள் மற்றொருவரிடம் தூக்கி எறிந்து கொண்டிருந்தனர். தன்னை நோக்கி வந்த பந்தை ஒருவன் தன் துடப்பத்தால் சதுப்பு நிலத்தின் இரு முனைகளிலும் இருந்த மரக்கூட்டங்களை நோக்கி அடித்துக் கொண்டிருந்தான். என்னவொரு முட்டாள்தனமான வேலை!

செவ்வாய்க்கிழமை. காற்று பலமாக வீசிக் கொண்டிருக்கிறது. என்னுடன் ‘நெட்டில்’ தேநீர் அருந்துவதற்காக மந்திரவாதினி குவெனாக் வந்திருந்தாள். பின்னர் எனக்கு ஒரு சிறு விருந்தளிப்பதற்காக அவள் என்னை வெளியே கூட்டிச் சென்றாள். அதனால், சதுப்பு நிலப் பகுதியில் அந்த மரமண்டைகள் விளையாடியதை நான் பார்க்க நேர்ந்தது. பக்கத்திலிருக்கும் மலை உச்சியில் வசித்து வந்த அந்த ஆஜானுபாகுவான வீரதீர மந்திரவாதி அங்கு இருந்தார். அன்று இரண்டு பெரிய பாறைகள் வானத்தில் சுற்றிக் கொண்டிருந்தன. அந்த விளையாட்டு வீரர்களை அவர்களுடைய மந்திரத் துடப்பங்களிலிருந்து தள்ளிவிட அவை முயன்று

கொண்டிருந்தன. துரதிர்ஷ்டவசமாக, நான் பார்த்துக் கொண்டிருந்தவரை அப்படிப்பட்ட சம்பவம் எதுவும் நிகழவில்லை. தானும் அடிக்கடி அந்த விளையாட்டை விளையாடியதாக குவெனாக் என்னிடம் கூறினாள். நான் வெறுப்புடன் வீடு திரும்பினேன்.

கெர்ட்டி கெடில் ஊகித்திருந்ததைவிட அதிகமான விஷயங்களை அவருடைய எழுத்துக்கள் நமக்குத் தெரிவிக்கின்றன. வாரத்தில் ஒரே ஒரு நாளின் பெயர் மட்டும்தான் அவருக்குத் தெரியும் என்பது அவருடைய நாட்குறிப்புகளிலிருந்து நமக்குப் புலப்படுகிறது. அதை ஒருபுறமாக ஒதுக்கி வைத்துவிட்டுப் பார்த்தால் முக்கியமான சில விஷயங்கள் நமக்குப் புலப்படும். முதலாவதாக, தன்னுடைய முட்டைக்கோஸ் தோட்டத்தில் வந்து விழுந்த பந்து, நவீன குவிடிச் விளையாட்டில் பயன்படுத்தப்படும் பந்தைப்போலவே தோலால் உருவாக்கப்பட்டிருந்ததாக அவர் குறிப்பிட்டிருந்தார். அக்காலகட்டத்தில் பயன்படுத்தப்பட்டு வந்த, சிறுநீர்ப்பைகளால் தயாரிக்கப்பட்டப் பந்துகளைக் கொண்டு குறி பார்த்து எறிவது கடினம். அதிலும் குறிப்பாக, பலமாகக் காற்று வீசிக் கொண்டிருக்கும்போது அவ்வாறு எறிவது மிகவும் சிரமமானது. இரண்டாவதாக, விளையாடிக் கொண்டிருந்தவர்கள் தங்களை நோக்கி வந்த பந்துகளைத் தங்கள் துடப்பங்களால் சதுப்பு நிலத்தின் இரு முனைகளிலும் இருந்த மரக்கூட்டங்களை நோக்கி அடித்துக் கொண்டிருந்ததாக அவர் குறிப்பிட்டுள்ளார். அந்தக் காலகட்டத்தில் அவர்கள் 'கோல்' போட்ட முறைதான் அது. மூன்றாவதாக, தற்போதைய குவிடிச் விளையாட்டில் இருக்கும் 'பேட்ஜர்'களின் முன்மாதிரிகளைப் பற்றி அவர்

குறிப்பிட்டுள்ளார். 'ஆஜானுபாகுவான வீரதீர மந்திரவாதி' ஒருவர் அங்கு இருந்தார் என்று அவர் குறிப்பிட்டுள்ளது மிகவும் சுவாரசியமான ஒன்று. அந்த மந்திரவாதி கிரியோத்சியன் விளையாட்டு வீரராக இருந்திருப்பாரோ? கிரியோத்சியன் விளையாட்டில் பாறைகளும் கற்களும் வானில் சுற்றிக் கொண்டிருந்ததைப்போல இந்தக் குவிர்டிச் விளையாட்டிலும் பெரிய பாறைகளைச் சுற்ற வைக்கலாம் என்ற யோசனை அவருடையதாக இருந்திருக்குமோ?

அதற்கு நூறு ஆண்டுகளுக்குப் பிறகு குட்வின் நீன் என்ற மந்திரவாதி தன் மயிலிறகுப் பேனாவை எடுத்து, நார்வே நாட்டிலிருந்த தன்னுடைய ஒன்றுவிட்டச் சகோதரன் ஓலாஃபுக்கு ஒரு கடிதம் எழுதும்வரை, குவிடிச் விளையாட்டைப் பற்றிய கூடுதல் தகவல்கள் எதுவும் நமக்குக் கிடைக்கவில்லை. குட்வின் யார்க்ஷயரில் வசித்து வந்தார். இடைப்பட்ட நூறு ஆண்டுகளில் குவிடிச் விளையாட்டு பிரிட்டன் முழுவதும் பரவியதை அவருடைய கடிதம் வெளிப்படுத்துகிறது. இக்கடிதம் நார்வீஜியன் மினிஸ்ட்ரி ஆஃப் மேஜிக்கின் ஆவணக் காப்பகத்தில் பாதுகாக்கப்பட்டு வருகிறது. அதிலிருந்து:

அன்புள்ள ஓலாஃப்,

நீ எப்படி இருக்கிறாய்? நான் நன்றாக இருக்கிறேன். ஆனால் கன்ஹில்டாவுக்குத்தான் 'டிராகன் அம்மை நோய்' வந்திருக்கிறது. கடந்த சனிக்கிழமை இரவு நாங்கள் குவிடிச் விளையாட்டை மிகவும் ரசித்து விளையாடினோம். பாவம் கன்ஹில்டா. அவளால் எங்களுடைய விளையாட்டில் 'பிடிப்பவளாகப்' பங்கேற்க

முடியாததால், ஒரு கொல்லனாகிய ராடுல்ஃபை நாங்கள் சேர்த்துக் கொண்டோம். இல்கீயிலிருந்து வந்திருந்த அணி நன்றாக விளையாடினாலும் எங்கள் அணிக்கு அவர்களால் ஈடு கொடுக்க முடியவில்லை. ஏனெனில், எங்கள் அணி கடந்த மாதம் முழுவதும் கடினமாகப் பயற்சி செய்திருந்தது. அதோடு, நாங்கள் நாற்பத்து இரண்டு முறை நல்ல புள்ளிகளைப் பெற்றிருந்தோம். எங்கள் அணியை நோக்கி வந்த 'புளூடர்' பந்தை வயதான உக்கா தன் உருட்டுக்கட்டையை விரைவாகப் பயன்படுத்தி அடித்துத் துரத்தாததால், அது ராடுல்ஃபின் மண்டையைப் பதம் பார்த்துவிட்டது. புள்ளிகள் எடுப்பதற்காக வைக்கப்பட்டிருந்த பீப்பாய்கள் நன்றாக வேலை செய்தன. அந்தப் பீப்பாய்கள் உயரமான கம்புகளின் உச்சியில் ஒரு முனையில் மூன்றும் மறுமுனையில் மூன்றும் வைக்கப்பட்டிருந்தன. சத்திரத்தில் இருந்த டோனா அந்தப் பீப்பாய்களைக் கொடுத்து உதவினாள். அதோடு, நாங்கள் வெற்றி பெற்றதால், 'மீட்' என்ற மதுபானத்தை இரவு முழுவதும் அவள் எங்களுக்கு இலவசமாக வழங்கினாள். நான் வீட்டிற்கு மிகவும் தாமதமாக வந்ததற்காக கன்ஹில்டா என்மீது கோபத்தில் இருந்தாள். அவள் என்மீது ஏவிய ஒரு சில சாபங்களை நான் ஒருவாறு சமாளித்தேன். இப்போது எல்லாம் சரியாகிவிட்டது.

நான் இதை என்னிடமுள்ள சிறந்த ஆந்தையின் மூலமாக உன்னிடம் அனுப்புகிறேன். அது உன்னிடம் வந்து சேரும் என்று நம்புகிறேன்.

உன் அன்புச் சகோதரன்,

குட்வின்

ஒரு நூற்றாண்டில் குவிடிச் விளையாட்டு எந்த அளவு முன்னேறியுள்ளது என்பதை நம்மால் இதன் மூலம் கண்டுபிடிக்க முடிகிறது. இந்த விளையாட்டில் முதலில் குட்வினின் மனைவி கன்ஹில்டா 'பிடிப்பவளாக' விளையாடியிருக்க வேண்டும். நவீன குவிடிச்சிலுள்ள 'துரத்துபவளுக்கு' உள்ள பழைய பெயராக அது இருந்திருக்கலாம். அதோடு, ராடுல்ஃபைத் தாக்கிய 'புளூடரை' (கண்டிப்பாக அது பிளட்ஜராகத்தான் இருக்க வேண்டும்) தடுத்திருக்க வேண்டிய பொறுப்பில் இருந்த உக்கா, 'அடிப்பவனாக' இருந்திருக்க வேண்டும். ஏனெனில், அவனுடைய கையில் ஓர் உருட்டுக்கட்டை இருந்ததாகக் குறிப்பிடப்பட்டுள்ளது. இப்போது மரங்கள் கோல்போஸ்டுகளாக இருக்கவில்லை. உயரமான கம்புகள்மீது வைக்கப்பட்டுள்ள பீப்பாய்கள் அவற்றின் இடத்தைப் பிடித்துக் கொண்டுள்ளன. ஆனால் குவிடிச்சின் முக்கியமான அம்சம் ஒன்று விடுபட்டுப் போயிருந்தது. 'தங்க ஸ்னிச்'தான் அது. பதிமூன்றாம் நூற்றாண்டின் மத்திவரை அந்த நான்காவது குவிடிச் பந்து ஆட்டத்திற்குள் நுழைக்கப்பட்டிருக்கவில்லை. அது வந்த விதமே ஓர் அலாதிக் கதை.

4

தங்க ஸ்னிச் பந்தின் வருகை

1100களின் துவக்கத்திலிருந்தே 'ஸ்னிஜெட்' வேட்டையானது மந்திரவாதிகள் மற்றும் மந்திரவாதினிகள் இடையே மிகவும் பிரபலமாக இருந்து வந்திருந்தது. **தங்க ஸ்னிஜெட்** (அடுத்தப் பக்கத்திலுள்ள 2ம் எண் படத்தைப் பார்க்கவும்) இன்று பாதுகாக்கப்பட்ட ஒரு பறவை இனமாக இருந்தாலும், அந்தக் காலகட்டத்தில் வடக்கு ஐரோப்பா முழுவதும் அது பரவலாகக் காணப்பட்டது. ஆனால் மகுள்களால் அப்பறவையைக் கண்டுபிடிப்பது கடினம். அது மறைந்து கொள்வதில் திறமையானதாக இருந்ததும், மிக வேகமாகப் பறக்கக்கூடியதாக விளங்கியதும்தான் இதற்குக் காரணம்.

காற்றில் மிகவும் லாவகமாகப் பறக்கக்கூடியதாகவும், தன்னை இரையாடும் விலங்குகளிடம் இருந்து சாமர்த்தியமாகத் தப்பிக்க வல்லதாகவும், அளவில் மிகவும் சிறியதாகவும் அப்பறவை இருந்ததால், அவற்றைப் பிடித்த மந்திரவாதிகளுக்குத் தனி மவுசு இருந்தது. குவிடிச் அருங்காட்சியகத்தில் வைக்கப்பட்டுள்ள பன்னிரண்டாம் நூற்றாண்டைச் சேர்ந்த திரைச்சீலை ஓவியம் ஒன்றில், ஒரு ஸ்னிஜெட்டைப் பிடிக்க விரையும் ஒரு கூட்டம் ஓவியமாகத் தீட்டப்பட்டுள்ளது. அந்த ஓவியத்தின் முதல் பகுதியில் இடம்பெற்றிருக்கும் காட்சியில், சிலர் தங்கள் கைகளில்

வலைகளை வைத்திருப்பர், சிலர் மந்திரக்கோல்களை வைத்திருப்பர், மற்றும் சிலர் வெறுங்கைகளால் ஸ்னிஜெட்டைப் பிடிக்க முயன்று கொண்டிருப்பர். பல சமயங்களில், தன்னைப் பிடித்தவனால் அப்பறவை நசுக்கப்பட்டது என்ற உண்மையும் அந்த ஓவியத்தின் வாயிலாக நமக்குத் தெரிய வருகிறது. அந்த ஓவியத்தின் கடைசிப் பகுதியில், ஒரு ஸ்னிஜெட்டை வெற்றிகரமாகப் பிடித்த ஒரு மந்திரவாதிக்குத் தங்கம் நிரம்பிய மூட்டை ஒன்று பரிசளிக்கப்படுவதுபோல வரையப்பட்டுள்ளது.

படம் 2

எந்த வழியில் பார்த்தாலும், ஸ்னிஜெட்டை வேட்டையாடுவது கண்டிக்கத்தக்கதுதான். தானுண்டு தன் வேலையுண்டு என்றிருக்கும் அந்த அப்பாவிப் பறவையை வேட்டை விளையாட்டு என்ற பெயரில் நல்ல புத்தியுள்ள எந்தவொரு மந்திரவாதியும் அழிக்கத் துணிய மாட்டான். பொதுவாக ஸ்னிஜெட் வேட்டை பகல் வேளைகளில் நடைபெற்றதால், மற்ற பிற வழிகளோடு ஒப்பிடுகையில், மந்திரவாதிகள் மந்திரத் துடப்பங்களில் பறப்பதை இதில்தான் மகுள்கள் அதிகமாகப் பார்க்க நேர்ந்தது. அப்போதிருந்த மந்திரவாதிகளின் கவுன்சிலால் இந்த வேட்டைக்கு இருந்த பிரபலத்துவத்தைக் கட்டுப்படுத்த முடியவில்லை. இன்னும் சொல்லப் போனால், இதில் தவறேதும் இருந்ததாக அந்தக் கவுன்சில் கருதவில்லை. அது குறித்து நாம் பின்னர் பார்க்கலாம்.

இறுதியில் **1269**ல் ஸ்னிஜெட் வேட்டையும் குவிடிச் விளையாட்டும் கைகோர்த்துக் கொண்டன. அந்த விளையாட்டை மந்திரவாதிகள் கவுன்சிலின் தலைவரான பார்பெரஸ் பிராகி நேரில் காண வந்திருந்தார். இதை நேரில் பார்த்த, கென்ட் பகுதியைச் சேர்ந்த மாடஸ்டி ராப்னாட் என்ற பெண்மணி, அபெர்டீனில் இருந்த தன்னுடைய சகோதரி புரூடென்ஸுக்கு எழுதிய கடிதம் ஒன்றிலிருந்து இது நமக்குத் தெரிய வந்துள்ளது (இக்கடிதமும் குவிடிச் அருங்காட்சியகத்தில் வைக்கப்பட்டுள்ளது). கூண்டில் அடைக்கப்பட்ட ஒரு ஸ்னிஜெட் பறவையை பிராகி அவ்விளையாட்டு நடந்த இடத்திற்குக் கொண்டுவந்து அதைத் திறந்துவிட்டு, அந்த ஆட்டத்தின்போது அதைப் பிடித்த ஆட்டக்காரருக்குத் தான் நூற்றைம்பது கேலியன்கள்[1] பரிசளிக்கத் தயாராக இருந்ததாக அறிவித்ததாக ராப்னாட் தெரிவிக்கிறார். அடுத்து என்ன நிகழ்ந்தது என்பதையும் ராப்னாட் தன் கடிதத்தில் இவ்வாறு குறிப்பிடுகிறார்:

---

1. அதன் இன்றைய மதிப்பு பத்து லட்சம் கேலியன்களுக்கு மேல். அதை அவர் உண்மையிலேயே கொடுக்க உத்தேசித்திருந்தாரா என்பது வேறு விஷயம்.

உடனே எல்லா விளையாட்டு வீரர்களும் ஒட்டுமொத்தமாகத் தங்கள் மந்திரத் துடப்பங்களில் ஏறி வானில் பாய்ந்தனர். அவர்கள் 'குவாஃபில்' பந்தைக் கண்டுகொள்ளவில்லை. மாறாக, 'புளூடர்'களிடமிருந்து தங்களைத் தற்காத்துக் கொண்டு வேகமாகச் சென்றனர். கோல் கூடைகளைக் காத்துக் கொண்டிருந்த 'காப்பவர்கள்' அவற்றை விட்டுவிட்டு வேட்டையில் சேர்ந்து கொண்டனர். பாவம் அந்தக் குட்டிப் பறவை. அது தப்பிக்க வழி தேடி மைதானத்தில் மேலும் கீழும் வேகமாகப் பறந்து கொண்டிருந்தது. ஆனால் பார்வையாளர்களின் மத்தியில் இருந்த மந்திரவாதிகள் 'திருப்பித் துரத்தும்' சாபத்தைப் பயன்படுத்தி அந்த அற்ப ஜீவனை மீண்டும் மைதானத்திற்குள் துரத்தினர். புருடென்ஸ், ஸ்னிஜெட் பறவை வேட்டைக்கு எதிராக நான் கொண்டிருந்த நிலைப்பாட்டை நீ அறிவாய்தானே! எனக்குக் கோபம் தலைக்கேறினால் நான் என்ன செய்வேன் என்பதையும் நீ அறிவாய். நான் வேகமாக மைதானத்திற்கு ஓடி, "தலைவர் பிராகி அவர்களே, இது விளையாட்டே அல்ல! ஸ்னிஜெட் சுதந்திரமாகப் பறந்து செல்லட்டும். நாங்கள் அனைவரும் பார்க்க வந்துள்ள மேன்மையான விளையாட்டான குவாடிச் தொடரட்டும்!" என்று கூச்சலிட்டேன். பிறகு நடந்ததை நீ நம்ப மாட்டாய்! பிராகி என்ன செய்தார் தெரியுமா? அவர் என்னைப் பார்த்து பயங்கரமாகச் சிரித்துவிட்டு, காலியாக இருந்த பறவைக் கூண்டை என்னை நோக்கி எறிந்தார். எனக்குக் கண்மண் தெரியாமல் கோபம் வந்தது. அந்தப் பரிதாபப் பறவை என் வழியாகப் பறந்து சென்றபோது, 'அருகே வரவழைக்கும்' சாபத்தை நான் அதன்மீது ஏவினேன். நான் அந்த சாபத்தைப் பயன்படுத்துவதில் மிகவும் திறமையானவள் என்பது உனக்குத் தெரியுமல்லவா? அச்சமயத்தில் நான் மற்ற வீரர்களைப்போல மந்திரத் துடப்பத்தில் இருக்கவில்லை என்பதால், என்னால் என்

சாபத்தை அப்பறவையை நோக்கித் துல்லியமாக ஏவ முடிந்தது. அக்குட்டிப் பறவை நேராக என் கைகளில் வந்து உட்கார்ந்தது. நான் அதை என் அங்கியின் முன்னால் இருந்த பைக்குள் திணித்துவிட்டு, அங்கிருந்து தலைதெறிக்க ஓட்டமெடுத்தேன்.

இறுதியில் அவர்கள் என்னைப் பிடித்துவிட்டனர். ஆனால் அதற்குள் நான் கூட்டத்தினரைவிட்டு ஓடி வந்து, அந்த வாயில்லா ஜீவனை விடுவித்துவிட்டேன். பிராகி கடுங்கோபம் கொண்டார். கொம்பு முளைத்த ஒரு தவளையாகவோ அல்லது அதைவிட மோசமான ஒன்றாகவோ அவர் என்னை ஆக்கிவிடுவாரோ என்று நான் மிகவும் பயந்தேன். ஆனால் அதிர்ஷ்டவசமாக, அவரைச் சுற்றி இருந்த அவருடைய ஆலோசகர்கள் அவரை அமைதிப்படுத்தினர். வெறும் பத்து கேலியன்கள் அபராதத்தோடு நான் தப்பிவிட்டேன். கூட்டத்தின் அமைதிக்குப் பங்கம் விளைவித்தக் காரணத்திற்காக எனக்கு அந்த அபராதம் விதிக்கப்பட்டது.

ஆனால் என்னிடம் எப்போது பத்து கேலியன்கள் இருந்தன? அதனால் என்னுடைய பழைய வீடு என் கையைவிட்டுப் போனது.

வெகு விரைவில் உன்னுடன் சேர்ந்து வசிக்க நான் அங்கு வருகிறேன். அதிர்ஷ்டவசமாக, அவர்கள் என்னுடைய ஹிப்போகிரிஃபைக் கைப்பற்றவில்லை.

நான் உன்னிடம் ஒன்றைக் கூறிக் கொள்ள விரும்புகிறேன். எனக்கு ஓட்டுரிமை இருந்திருந்தால், என் ஓட்டு நிச்சயமாக பிராகிக்குக் கிடைத்திருக்காது.

உன் அன்புச் சகோதரி,

மாடஸ்டி

ராப்னாட்டின் துணிச்சல்மிக்கச் செயல் ஒரு ஸ்னிஜெட் பறவையைக் காப்பாற்றியிருந்த போதிலும், அவரால் அனைத்துப் பறவைகளையும் காப்பாற்ற முடியவில்லை. தலைவர் பிராகியின் யோசனை குவிடிச் விளையாட்டின் போக்கை ஒட்டுமொத்தமாக மாற்றிவிட்டது. விரைவில் தங்க ஸ்னிஜெட் பறவைகள் அனைத்துக் குவிடிச் போட்டிகளின்போதும் திறந்துவிடப்பட்டன. ஆனால் அவற்றைப் பிடிக்கும் பொறுப்பு ஒவ்வோர் அணியிலும் ஒரே ஒருவருக்கு (வேட்டையாடிக்கு) மட்டுமே கொடுக்கப்பட்டது. அப்பறவை கொல்லப்பட்டபோது விளையாட்டு முடிவுக்கு வந்தது. அதை வேட்டையாடிய வீரரின் குழுவிற்கு, பிராகி அறிவித்திருந்த நூற்று ஐம்பது கேலியன்கள் வெகுமதியை நினைவுபடுத்தும் வகையில், நூற்று ஐம்பது புள்ளிகள் வழங்கப்பட்டன. ராப்னாட் தன் கடிதத்தில் குறிப்பிட்டிருந்த 'திருப்பித் துரத்தும்' சாபத்தைப் பயன்படுத்தி அப்பறவை எப்போதும் மைதானத்திற்கு உள்ளேயே இருப்பதை மந்திரவாதிகள் உறுதி செய்தனர்.

அதற்கடுத்த நூற்றாண்டின் மத்தியக் கட்டத்தில் தங்க ஸ்னிஜெட் பறவைகளின் எண்ணிக்கை வெகுவாகக் குறைந்துவிட்டதால், மந்திரவாதிகள் சபையின் அப்போதைய தலைவராக இருந்த எல்ஃபிரிடா கிளாக், பாதுகாக்கப்பட்டப் பறவையினத்தின் பட்டியலில் அப்பறவையைச் சேர்ந்து, அப்பறவை குவிடிச் விளையாட்டில் பயன்படுத்தப்படுவதையும்

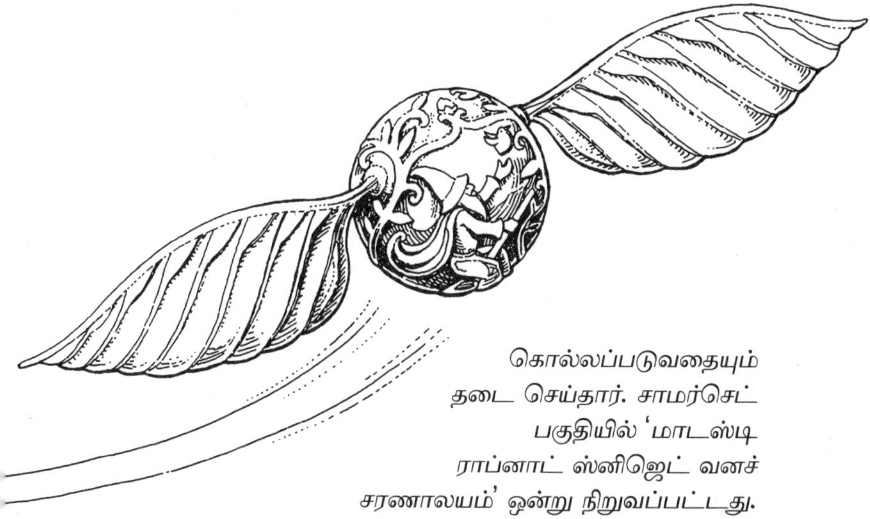

கொல்லப்படுவதையும் தடை செய்தார். சாமர்செட் பகுதியில் 'மாடஸ்டி ராப்னாட் ஸ்னிஜெட் வனச் சரணாலயம்' ஒன்று நிறுவப்பட்டது. குவிடிச் விளையாட்டில் அந்தப் பறவைக்கு பதிலாக வேறொன்றைக் கண்டுபிடிக்கும் பணி மும்முரமாகத் தொடங்கியது.

குவிடிச் விளையாட்டில் தற்போது பயன்படுத்தப்பட்டு வரும் தங்க ஸ்னிச்சைக் கண்டுபிடித்தப் பெருமை கோட்ரிக் ஹாலோவைச் சேர்ந்த மந்திரவாதி போமன் ரைட்டையே சாரும். நாடு முழுவதிலும் இருந்த குவிடிச் அணிகள் ஸ்னிஜெட் பறவைக்கான மாற்றைக் கண்டுபிடிக்கும் முயற்சியில் ஈடுபட்டிருந்தபோது, உலோகங்களைக் கையாள்வதில் மிகத் திறமையானவராக விளங்கிய ரைட், ஸ்னிஜெட் பறவையின் பறக்கும் விதம் மற்றும் நடத்தையைப் பிரதிபலிக்கும் பந்து ஒன்றைக் கண்டுபிடிக்கும் முயற்சிக்குத் தன்னை அர்ப்பணித்துக் கொண்டார். அவர் தன் முயற்சியில் மிகச் சிறப்பாக வெற்றி பெற்றுவிட்டார் என்பதை அவர் விட்டுச் சென்றுள்ள எண்ணற்றக் காகிதத்தோல் சுருள்கள் எடுத்துரைக்கின்றன

(இப்போது அவை ஒரு தனிப்பட்டச் சேகரிப்பாளர் வசம் உள்ளன). அவருடைய கண்டுபிடிப்பிற்கு நாடு முழுவதிலுமிருந்தும் வந்த ஆர்டர்கள் அச்சுருள்களில் வரிசைப்படுத்தப்பட்டுள்ளன. ரைட் தன் கண்டுபிடிப்பிற்குத் 'தங்க ஸ்னிச்' என்று பெயரிட்டார். அப்பந்து, வால்நட் கொட்டை அளவில் இருந்தது. அதன் எடை துல்லியமாக ஒரு ஸ்னிஜெட் பறவையின் எடையில் இருந்தது. அப்பந்தின் வெள்ளிச் சிறகுகள் அப்பறவையின் சிறகுகளைப்போலவே சுலபமாகச் சுழலக்கூடிய விதத்தில் அமைக்கப்பட்டிருந்தன. அந்தப் பந்தும் அப்பறவையைப்போலவே மின்னல் வேகத்தில் துல்லியமாகத் திசையை மாற்றிக் கொண்டு பறக்க அச்சிறகுகள் உதவின. இப்பந்துக்கும் அப்பறவைக்கும் இடையே ஒரே ஒரு வேறுபாடு இருந்தது. மைதானத்திற்குள்ளேயே சுற்றிக் கொண்டிருக்கும்படியான ஒரு மந்திரம் தங்க ஸ்னிச்மீது ஏவப்பட்டிருந்தது. முந்நூறு ஆண்டுகளுக்கு முன்பாக குவிர்டிச் சதுப்பு நிலத்தில் துவக்கப்பட்ட முயற்சியைத் தங்க ஸ்னிச் பந்தின் அறிமுகம் நிறைவுக்குக் கொண்டு வந்தது. அதையடுத்து, தற்போது இருக்கும் வடிவத்தில் குவிடிச் விளையாட்டு உதயமானது.

5

மகுள்களிடமிருந்து பாதுகாக்கும் நடவடிக்கைகள்

1398ல் ஐக்காரியஸ் மம்ப்ஸ் என்ற மந்திரவாதி குவிடிச் விளையாட்டைப் பற்றிய அனைத்து விபரங்களையும் வரையறுத்தார். இவ்விளையாட்டை விளையாடும்போது மகுள்களின் பார்வையில் படாதபடி அதைப் பாதுகாப்பதற்கான தேவையை வலியுறுத்துவதிலிருந்து அவர் தன் குறிப்பைத் துவக்கினார்:

மகுள்களின் வசிப்பிடங்களிலிருந்து வெகுதூரம் தள்ளி இருக்கும் தரிசு நிலங்களைத் தேர்ந்தெடுங்கள். அதோடு, நீங்கள் மந்திரத் துடப்பங்களில் ஏறிப் பறக்கத் தொடங்கியதும், நீங்கள் மகுள்களின் பார்வையில் படாமல் இருப்பதை உறுதி செய்து கொள்ள வேண்டியது அவசியம். நீங்கள் ஒரு நிலையான குவிடிச் மைதானத்தை ஏற்படுத்தத் திட்டமிட்டிருந்தால், மகுள்களைத் திருப்பி அனுப்பும் சாபத்தைப் பயன்படுத்துவது பயனுள்ளதாக இருக்கும். இவ்விளையாட்டை இரவில் விளையாடுவது நல்லது.

1362ல், நகரங்களிலிருந்து ஐம்பது மைல் தூரத்திற்குள் இருந்த அனைத்துக் குவிடிச் மைதானங்களையும் மந்திரவாதிகள் சபை தடை செய்ததிலிருந்து, ஐக்காரியஸின்

முன்யோசனையுடன்கூடிய எச்சரிக்கை எல்லா நேரங்களிலும் பின்பற்றப்பட்டிருக்கவில்லை என்பது தெளிவாகிறது. ஆனால் அந்த விளையாட்டு மேலும் மேலும் வேகமாகப் பிரபலமடைந்து கொண்டிருந்தது என்பது, மந்திரவாதிகள் சபை 1368ல் தன்னுடைய முந்தைய தடையில் திருத்தம் செய்து, நகரங்களிலிருந்து நூறு மைல் தூரத்திற்குள் இருந்த அனைத்துக் குவிடிச் மைதானங்களையும் தடை செய்ததிலிருந்து தெளிவாகப் புலப்படுகிறது. மந்திரவாதிகள் சபை 1419ல் வெளியிட்ட ஒரு பிரபலமான பிரகடனம் இவ்வாறு எச்சரிக்கிறது: "மகுள்கள் தப்பித்தவறிக்கூடப் பார்க்க வாய்ப்பிருக்கும் எந்தவோர் இடத்திலும் எக்காரணம் கொண்டும் குவிடிச் விளையாடப்படக்கூடாது. இதை மீறி நீங்கள் விளையாடினால், பாதாளச் சிறையின் சுவர்களுக்கு நடுவே அதை நீங்கள் எப்படித் திறம்பட விளையாடுகிறீர்கள் என்பதை நாங்கள் சோதித்துப் பார்க்க நேரிடும்."

மந்திரவாதிகளாகிய நாம் மந்திரத் துடப்பங்களில் பறக்கிறோம் என்ற உண்மை ஊரறிந்த ஒரு ரகசியம்தான் என்பதைப் பள்ளிக்குச் செல்லும் மந்திரவாதி மாணவன்கூட நன்றாக அறிவான். மந்திரவாதிகளைப் பற்றி மகுள்கள் வரைந்திருக்கும் அனைத்துப் படங்களிலும், அப்படங்கள் எவ்வளவுதான் நகைப்பிற்குரியவையாக இருந்தாலும், அவற்றில் துடப்பம் இடம்பெறாமல் இருக்காது. அவை நகைப்பிற்குரியவையாக இருப்பதாகக் குறிப்பிடுவதற்குக் காரணம் மகுள்களின் படங்களில் சித்தரிக்கப்பட்டிருக்கும் எந்தவொரு மந்திரத் துடப்பத்தாலும் வானில் ஒரு கணம்கூட நிலைத்து நிற்க முடியாது. ஆனால் பல நூற்றாண்டுகளாக நாம் இந்த விஷயத்தில் எவ்வளவு தூரம்

கவனக்குறைவாக இருந்து வந்துள்ளோம் என்பதைத்தான் அவை எடுத்துரைக்கின்றன. விஷயம் இப்படி இருக்க, மகுள்களின் மனத்தில் மந்திரவாதிகளும் துடப்பங்களும் பிரிக்க முடியாத விதத்தில் பின்னிப் பிணைந்திருப்பது ஏன் என்று நாம் இன்று வியந்து கொண்டிருக்கிறோம்.

தங்களுடைய பிராந்திய எல்லைக்குள் நடைபெறும் மாயாஜால விளையாட்டுகளின் பின்விளைவுகள் அனைத்திற்கும் அங்குள்ள மினிஸ்ட்ரி ஆஃப் மேஜிக்தான் நேரடிப் பொறுப்பு என்று **1692**ல் இன்டர்நேஷனல் ஸ்டேட்யூட் ஆஃப் விஸர்டிங் சீக்ரஸி பிரகடனப்படுத்தும்வரை போதுமான பாதுகாப்பு ஏற்பாடுகள் எதுவும் அமல் செய்யப்படவில்லை. பின்னர் இது பிரிட்டனில் டிபார்ட்மென்ட் ஆஃப் மேஜிக்கல் கேம்ஸ் அன்ட் ஸ்போர்ட்ஸ் உருவாக்கப்படுவதற்கு வழி வகுத்தது. அதன் பிறகு, மினிஸ்ட்ரியின் விதிமுறைகளைக் காற்றில் பறக்கவிட்டக் குவிடிச் அணிகள் கலைக்கப்பட்டன. தங்களுடைய மோசமான ஆட்டத்திற்கு மட்டுமல்லாமல், போட்டிகள் முடிந்தவுடன் நடத்தப்பட்ட அடாவடித்தனமான கொண்டாட்டங்களுக்கும் பெயர் போன **பஞ்சோரி பேஞ்சர்ஸ்** என்ற ஸ்காட்லாந்து அணி கலைக்கப்பட்டது மிகப் பரவலாகப் பேசப்பட்டது. **1814**ல் **ஆப்பிள்பை ஆரோஸ்** அணியுடன் (7வது அத்தியாயத்தைப் பார்க்கவும்) மோதிய ஆட்டத்திற்குப் பிறகு, பேஞ் சர்ஸ் அணி தங்களுடைய பிளட்ஜர்கள் இருளில் மைதானத்தைவிட்டுப் பறந்து போக அனுமதித்ததோடு மட்டுமல்லாமல், தங்களுடைய அணியின் சின்னத்திற்காக **ஹெப்ரீடியன் பிளாக்** என்ற டிராகனைப் பிடிக்கவும் காட்டுக்குள் விரைந்தனர். அவர்கள் இன்வர்னெஸ் பகுதியில்

பறந்து கொண்டிருந்தபோது, மினிஸ்ட்ரி ஆஃப் மேஜிக்கின் பிரதிநிதிகள் அவர்களைக் கைது செய்தனர். அதற்குப் பிறகு பேஞ்சர்ஸ் அணி ஒரு முறைகூட விளையாடவில்லை.

தற்போதெல்லாம் குவிடிச் அணியினர் உள்ளூர் அருகே விளையாடுவதில்லை. டிபார்ட்மென்ட் ஆஃப் மேஜிக்கல் கேம்ஸ் அன்ட் ஸ்போர்ட்ஸால் உருவாக்கப்பட்டுள்ள மைதானங்களுக்குச் சென்று அங்குதான் அவர்கள் விளையாடுகின்றனர். அந்த இடங்கள் மகுள்களின் கண்களுக்குத் தெரியாமல் இருக்கும் விதத்தில் பாதுகாக்கப்பட்டுக் கொண்டிருக்கின்றன. ஆள் அரவமற்றத் தரிசு நிலங்கள்தான் குவிடிச் விளையாடுவதற்கு ஏற்ற இடம் என்ற சரியான ஆலோசனையை ஜக்காரியஸ் மம்ப்ஸ் அறுநூறு வருடங்களுக்கு முன்பே கூறியிருந்தார் என்பது குறிப்பிடத்தக்கது.

6

பதினான்காம் நூற்றாண்டுக்குப் பிறகு குவிடிச்சில் ஏற்பட்டுள்ள மாற்றங்கள்

மைதானம்

பதினான்காம் நூற்றாண்டில் குவிடிச் மைதானம் நீள்வட்ட வடிவில் ஐநூறு அடி நீளமும் நூற்று எண்பது அடி அகலமும் கொண்டதாக இருந்ததாக ஜக்காரியஸ் மம்ப்ஸ் தெரிவிக்கிறார். மைதானத்தின் நடுவே இரண்டு அடி விட்டத்தில் ஒரு சிறிய வட்டம் இருந்தது. நடுவர் நான்கு பந்துகளை எடுத்துக் கொண்டு இந்த வட்டத்திற்குள் வருவார் (அக்காலகட்டத்தில் அவர் 'குவிஜட்ஜ்' என்று அழைக்கப்பட்டார்). அப்போது இரண்டு அணிகளையும் சேர்ந்த பதினான்கு ஆட்டக்காரர்கள் அவரைச் சுற்றி நின்று கொள்வர். (குவாஃபில் பந்துகளை நடுவர் தூக்கி எறிவார்; மேலும் தகவல்களுக்கு இந்த அத்தியாயத்தில் வரும் குவாஃபில் பகுதியைப் பார்க்கவும்.) பந்துகள் விடுவிக்கப்பட்ட அடுத்தக் கணம் விளையாட்டு வீரர்கள் தங்கள் மந்திரத் துடப்பங்களில் ஏறி விண்ணை நோக்கிப் பாய்வர். ஜக்காரியஸ் காலத்தில் 3வது படத்தில் உள்ளதுபோல உயரமான கம்புகளின் உச்சியில் கட்டப்பட்டிருந்த பெரிய கூடைகள்தான் கோல்போஸ்டுகளாக விளங்கின.

1620ல் **த நோபிள் ஸ்போர்ட் ஆஃப் வார்லாக்ஸ்** என்ற புத்தகத்தை குயின்டியஸ் உம்ஃபிராவில் என்பவர் எழுதினார். அதில் பதினேழாம் நூற்றாண்டின் குவிடிச் மைதானத்தின் வரைபடம் ஒன்று இடம்பெற்றுள்ளது (4வது படத்தைப் பார்க்கவும்). இப்படத்தில் 'கோல் போடும் இடம்' என்று தனியாக ஓரிடம் ஒதுக்கப்பட்டுள்ளது (மேலும் விபரங்களுக்கு அடுத்து வரும் 'விதிமுறைகள்' பகுதியைப் பார்க்கவும்). கோல்போஸ்டின் மேல் இருக்கும் கூடைகள் ஐக்காரியஸின் காலத்தில் இருந்ததைவிட அதிக உயரத்தில் இருந்தாலும், அளவில் அவற்றைவிட மிகக் குறைவாக இருந்தன.

1883ம் ஆண்டு வாக்கில் கூடைகள் கைவிடப்பட்டு, இன்று உள்ளதைப் போன்ற வடிவில் கோல்போஸ்டுகள் உருவாக்கப்பட்டன. இந்தப் புதுமை பற்றி அப்போதைய **டெய்லி புராஃபெட்டில்** செய்தி வெளியானது (அடுத்தப் பக்கத்தைப் பார்க்கவும்). அதன் பிறகு குவிடிச் மைதானத்தில் இன்றுவரை எந்தவொரு மாற்றமும் மேற்கொள்ளப்படவில்லை.

படம் 3

எங்கள் கூடைகள் மீண்டும் எங்களுக்கு வேண்டும்

குவிடிச் விளையாட்டில் பல நூற்றாண்டுகளாக கோல் போடுவதற்குப் பயன்படுத்தப்பட்டு வந்த கூடைகளை எரித்துவிடுவதென்று மாயாஜால விளையாட்டு அமைச்சகம் முடிவு செய்திருப்பதை அறிந்தவுடன், நேற்றிரவு, நாடு முழுவதிலுமுள்ள குவிடிச் வீரர்கள் அனைவரும் 'எங்கள் கூடைகள் மீண்டும் எங்களுக்கு வேண்டும்' என்று ஒட்டுமொத்தமாகக் குரல் எழுப்பினர்.

இது குறித்து அமைச்சகத்தின் பிரதிநிதி ஒருவரிடம் கேட்டபோது, "நாங்கள் குவிடிச் விளையாட்டுக் கூடைகளை எரிக்கப் போவதில்லை. தகவல்களைத் தேவையில்லாமல் திரிக்காதீகள்," என்று அவர் எரிச்சலுடன் பதிலளித்தார். அவர் மேலும், "கூடைகள் பல அளவுகளில் இருப்பதை நீங்கள் கவனித்திருக்கக்கூடும். பிரிட்டன் முழுவதும் கோல்போஸ்டுகள் ஒரே அளவில் இருப்பதை எங்களால் நடைமுறைப்படுத்த இயலவில்லை. அனைத்துக் கோல்போஸ்டுகளும் ஒரே அளவில் இருப்பதுதான் நியாயம் என்பதை நீங்கள் கண்டிப்பாக ஒப்புக் கொள்வீர்கள் என்று நான் நம்புகிறேன். பார்ன்டனிலுள்ள ஓர் அணி தாங்கள் கோல் போட வேண்டிய கோல்போஸ்டின் அளவை மிகப் பெரியதாகவும், எதிராளிகளுடையதை ஒரு திராட்சைப்பழம்கூட நுழைய முடியாத அளவு சிறியதாகவும் வைத்திருந்தது. அதை எக்காரணம் கொண்டும் ஏற்றுக் கொள்ள முடியாது. அதனால் ஒரு குறிப்பிட்ட அளவில் இருக்கும் வளையத்தை நாங்கள் தேர்ந்தெடுத்துள்ளோம். இதுதான் எங்கள் இறுதி முடிவு. இப்போது எல்லாம் சரியாகவும் நியாயமாகவும் உள்ளது," என்று கூறினார்.

'The Noble Sport of Warlocks'
Scoring area
Central circle for release of balls

படம் 4

Goal baskets
Scoring area

இக்கட்டத்தில் அந்த அறையில் கூடியிருந்த கோபமான போராட்டக்காரர்கள் தங்கள் கைகளில் இருந்த கூடைகளை அந்தப் பிரதிநிதிமீது எறியத் தொடங்கியதால் அவர் அவ்விடத்தைவிட்டு வெளியேற நேர்ந்தது. அது விசித்திரக்குள்ளர்களின் ஆர்ப்பாட்டம் என்று பின்னர் வர்ணிக்கப்பட்டாலும், பிரிட்டன் முழுவதுமுள்ள குவிடிச் வீரர்கள் தங்களுடைய பிரியமான விளையாட்டில் திணிக்கப்பட்ட முக்கியமான மாற்றத்தை நினைத்து மிகவும் வருந்துகின்றனர் என்பதில் எந்தவிதமான மாற்றுக் கருத்தும் இருக்க முடியாது.

கொழுகொழுக் கன்னங்களுடன் இருந்த ஒரு மந்திரவாதி, "கூடையில்லாமல் அது குவிடிச் விளையாட்டுப்போலவே இருக்காது. நான் சிறுவனாக இருந்த சமயத்தில் போட்டி நடந்து கொண்டிருக்கும்போது வேடிக்கைக்காக நாங்கள் அக்கூடைகளைப் பற்ற வைப்பது உண்டு. கோல்போஸ்ட் வளையத்தை அப்படிச் செய்ய முடியாது. அது போன்ற வேடிக்கைகளுக்குச் சாவுமணி அடிக்கப்பட்டுவிட்டது," என்று வருத்தத்துடன் கூறினார்.

டெய்லி புராஃபெட், பிப்ரவரி 12, 1883

பந்துகள்

குவாஃபில்

நீண்ட நெடுங்காலமாகவே குவாஃபில் பந்து தோலால் உருவாக்கப்பட்டு வந்தது என்பதை நாம் கெர்ட்டி கெடிலின் நாட்குறிப்பிலிருந்து அறிவோம். ஆரம்ப காலத்தில் குவிடிச் விளையாட்டில் பயன்படுத்தப்பட்ட நான்கு பந்துகளில் குவாஃபில் மட்டும்தான் மந்திரசக்தி ஊட்டப்படாத பந்தாக

இருந்தது. தோலால் தைக்கப்பட்ட அப்பந்தில் முன்பெல்லாம் ஒரு வார் இருக்கும் (5வது படத்தைப் பார்க்கவும்). ஒற்றைக் கையால் பிடித்து எறிவதற்கு ஏதுவாக அது இருக்க வேண்டும் என்பதற்குத்தான் இந்த ஏற்பாடு. சில பழைய குவாஃபில்களில் கைவிரல்களை நுழைத்துக் கொள்வதற்கு வசதியாக ஓட்டைகள்கூட இருக்கும். 1875ல் ‘கிரிப்பிங் சார்ம்ஸ்’ வசியம் கண்டுபிடிக்கப்பட்டவுடன் வார்கள் மற்றும் கைப்பிடி ஓட்டைகளுக்கான தேவை இல்லாமல் போய்விட்டது. அதற்குப் பிறகு, குவிடிச் விளையாட்டில் இருக்கும் துரத்துபவர்களால், இப்படி வசியம் செய்யப்பட்டப் பந்துகளை வார்கள் மற்றும் ஓட்டைகளின் உதவியின்றி ஒற்றைக் கையால் எளிதாகப் பிடித்து எறிய முடிந்தது.

நவீன குவாஃபில் பந்து பன்னிரண்டு அங்குலம் விட்டமுடையது. அதில் தையல்கள் எதுவும் இருக்காது. 1711ம் ஆண்டின் குளிர்காலத்தில்தான் அதற்கு முதன்முதலாக ரத்தச்சிவப்பு வண்ணம் பூசப்பட்டது. அப்போது கடும் மழையில் ஒரு குவிடிச் ஆட்டம் நடைபெற்றது. அப்பந்து கைதவறிக் கீழே போடப்பட்டபோதெல்லாம் சேறான நிலத்தின் நிறத்தோடு அது ஒன்றிப் போயிருந்ததால்

புராதன குவாஃபில்கள் — நவீன குவாஃபில்

படம் 5

அதைக் கண்டுபிடிப்பது மிகவும் சிரமமாக இருந்தது. அதோடு, அப்பந்து தவற விடப்பட்ட ஒவ்வொரு முறையும் துரத்துபவர்கள் கீழே தரைக்குப் பறந்து வந்து அதை எடுத்து வர வேண்டியிருந்தது அவர்களுக்கு எரிச்சல் உண்டாக்கியது. அதனால் குவாஃபில் பந்துக்கு நிறம் மாற்றப்பட்டவுடன், டெய்ஸி பென்னிஃபோல்டு என்ற மந்திரவாதி, தவறவிடப்பட்டால் அப்பந்து தண்ணீரில் மெதுவாக மூழ்குவதைப்போல பூமியை நோக்கி மெதுவாக விழும்படி அதற்கு மந்திரசக்தியை ஏற்றினார். அதனால், தவறவிடப்பட்டப் பந்துகளைத் துரத்துபவர்களால் எளிதாகப் பிடிக்க முடிந்தது. 'பென்னிஃபோல்டு குவாஃபில் பந்துகள்' இன்றுகூடப் பயன்பாட்டில் இருக்கின்றன.

பிளட்ஜர்கள்

நாம் ஏற்கனவே பார்த்ததுபோல, துவக்கத்தில் இருந்த பிளட்ஜர்கள் ('புளூடர்கள்') பறந்து கொண்டிருக்கும் பாறைகளாக இருந்தன. ஜக்காரியஸின் காலத்தில் அவை பந்து வடிவில் செதுக்கப்பட்டப் பாறைகளாக உருமாறின. ஆனால் அவற்றில் ஒரு முக்கியமான அசௌகரியம் இருந்தது. மந்திரசக்தி ஊட்டப்பட்ட, பதினைந்தாம் நூற்றாண்டு மட்டைகளால் அப்பாறைகளை வெகு சுலபமாகப் பிளக்க முடிந்தது. அப்படி நேர்ந்தபோதெல்லாம், விளையாட்டின் எஞ்சிய நேரம் முழுவதும், நொறுங்கிய பாறைத் துண்டுகள் விளையாட்டு வீரர்களைத் துரத்திக் கொண்டிருந்தன.

இந்தக் காரணங்களுக்காகத்தான், பதினாறாம் நூற்றாண்டின் துவக்கத்தில் பல குவிடிச் குழுக்கள் உலோகத்தில் செய்யப்பட்ட பிளட்ஜர்களைக் கொண்டு சோதனை முயற்சிகளில் இறங்கின. புராதன மந்திரவாதக் கலைப்பொருட்கள் குறித்த விஷயங்களில் வல்லுனராக விளங்கிய அகதா சப், ஸ்காட்லாந்து மற்றும் அயர்லாந்திலுள்ள

சதுப்பு நிலங்களில் கண்டெடுக்கப்பட்டுள்ள பன்னிரண்டுக்கும் மேற்பட்ட ஈயக் குண்டுகள், அந்தக் காலகட்டத்தைச் சேர்ந்த குவிடிச் பந்துகள் என்று குறிப்பிடுகிறார். "அவை நிச்சயமாகக் குவிடிச் பந்துகள்தானே அன்றி, பீரங்கிக் குண்டுகள் அல்ல," என்று அவர் எழுதி வைத்துள்ளார்.

> **மந்திரசக்தி ஊட்டப்பட்ட, குவிடிச் விளையாட்டின் அடிப்பவர்களின் மட்டைகள் ஏற்படுத்தியுள்ள மேடுபள்ளங்கள் அவற்றில் பதிந்துள்ளன. அவற்றின் கச்சிதமான சமச்சீர் தன்மை, அவற்றின் செய்நேர்த்தி ஆகியவை (மகுள்களின் தயாரிப்புகளோடு ஒப்பிடுகையில்) மந்திரவாதிகளின் தயாரிப்புகளுக்கே உரித்தான தனித்தன்மையைப் பறைசாற்றுகின்றன. அப்பந்துகள் வைக்கப்பட்டிருந்த பெட்டிகளிலிருந்து அவை விடுவிக்கப்பட்டபோது, அவை ஒவ்வொன்றும் என் அறையில் என்னைச் சுற்றி வந்து என்னைக் கீழே தள்ள முயற்சித்தது என் கணிப்பை உறுதிப்படுத்துகிறது.**

பிளட்ஜர்களின் தயாரிப்பிற்கு ஈயத்தைப் பயன்படுத்துவது சரிப்பட்டு வராது என்பது காலப்போக்கில் உணரப்பட்டது. ஈயம் மென்மையாக இருந்ததுதான் அதற்குக் காரணம் (பிளட்ஜர்களின்மீது விழும் வலுவான மட்டை அடிகள் அவற்றில் ஏற்படுத்துகின்ற மேடுபள்ளங்கள், அப்பந்துகளின் நேராகச் செல்லவதற்கான ஆற்றலில் பாதிப்பை ஏற்படுத்தும்). இப்போதெல்லாம் அனைத்து பிளட்ஜர்களும் இரும்பால் செய்யப்படுகின்றன. அவை பத்து அங்குல விட்டம் கொண்டவையாக இருக்கின்றன.

குவிடிச் வீரர்களைக் கண்மூடித்தனமான விதத்தில் துரத்தும் வகையில் பிளட்ஜர்கள்மீது மந்திரசக்தி ஏவப்பட்டிருக்கும். தம் போக்கில் விடப்பட்டால் அவை தமக்கு அருகிலுள்ள வீரர்களைத்தான் தாக்கும். அதனால்தான் பிளட்ஜர்களைத் தங்கள் அணியினரிடமிருந்து எவ்வளவு முடியுமோ அவ்வளவு அதிகத் தொலைவுக்குத் தூக்கி அடிப்பது குவிடிச்

அணியிலுள்ள அடிப்பவர்களின் முக்கியப் பொறுப்பாக ஆகியுள்ளது.

தங்க ஸ்னிச்

தங்க ஸ்னிஜெட் பறவையைப்போலவே தங்க ஸ்னிச் பந்தும் வால்நட் கொட்டையின் அளவைக் கொண்டது. கைப்பற்றுவதற்கு மிகவும் கடினமாக இருக்கின்ற விதத்தில் அதன்மீது மந்திரசக்தி ஏற்றப்பட்டிருக்கும். 1884ல் போட்மின் மூர் பகுதியில் ஒரு குவிடிச் விளையாட்டின்போது, அந்த விளையாட்டு வீரர்களால் தங்க ஸ்னிச் பந்தை ஆறு மாதங்களுக்குப் பிடிக்க முடியவில்லை என்று ஒரு கதை உண்டு. தத்தம் அணிகளைச் சேர்ந்த தேடுபவர்களின் திறமையின்மையைக் கண்டு கடைசியில் அந்த இரண்டு அணியினருமே தங்க ஸ்னிச்சைக் கைப்பற்றும் முயற்சியைக் கைவிட்டனர். இன்றும் அந்தத் தங்க ஸ்னிச் பந்து அந்தச் சதுப்பு நிலப் பகுதியிலுள்ள வனாந்தரத்தில் சுற்றிக் கொண்டிருப்பதாக அப்பகுதியைப் பற்றி நன்கு அறிந்து வைத்திருக்கின்ற, கார்ன்வால் பகுதியைச் சேர்ந்த மந்திரவாதிகள் அடித்துக் கூறுகின்றனர். ஆனால் இந்தக் கதை உண்மைதானா என்பதை என்னால் உறுதி செய்ய முடியவில்லை.

விளையாட்டு வீரர்கள்

பிடிப்பவர்கள்

குவிடிச் விளையாட்டில் 'பிடிப்பவர்கள்' பதிமூன்றாம் நூற்றாண்டிலிருந்தே இருந்து வந்திருந்தாலும் (மேலும் தகவல்களுக்கு நான்காவது அத்தியாயத்தைப் பார்க்கவும்), அவர்கள் வகித்து வந்த பாத்திரங்கள் காலப்போக்கில் பல மாற்றங்களை சந்தித்துள்ளன.

பிடிப்பவர்களைப் பற்றி ஜக்காரியஸ் மம்ப்ஸ் இவ்வாறு தெரிவிக்கிறார்:

> குவாஃபிலில் பந்துகள் கோல் கூடைகளைச் சென்றடைவதைத் தடுப்பது பிடிப்பவர்களின் வேலை என்பதால், அவர்கள்தான் முதலில் கூடைகளின் அருகே போய் நின்று கொள்ள வேண்டும். தாங்கள் அங்கு இல்லாதிருக்கும்போது எதிரணியினர் குவாஃபிலைக் கூடைக்குள் போட்டுவிடும் அபாயத்தைத் தவிர்ப்பதற்காக, பிடிப்பவர்கள், கூடைகளிலிருந்து வெகுதூரம் போய்விடாதபடி விழிப்பாக இருக்க வேண்டும். அதே சமயம், வெகு வேகமாக இயங்கக்கூடிய பிடிப்பவன் ஒருவனால், எதிரணியினரின் கோல் கூடைக்குள் குவாஃபிலைப் போட்டுவிட்டு, அந்த அணியினர் அதை ஈடு கட்டும் விதத்தில் கோல் போட வருவதற்கு முன்பாகத் தன்னுடைய கோல் கூடையைப் பாதுகாப்பதற்காக அங்கு வந்துவிட முடியும். குறிப்பிட்ட அந்தப் பிடிப்பவனின் மனநிலையைப் பொருத்தது அது.

ஜக்காரியஸின் காலகட்டத்தில், பிடிப்பவர்கள், கூடுதலாகத் துரத்துபவர்களின் வேலையையும் சேர்த்துச் செய்து வந்துள்ளனர் என்பது நமக்கு இதன் மூலம் தெரிய வருகிறது. அவர்கள் மைதானத்தின் அனைத்து இடங்களுக்கும் நகரவும் கோல் போடவும் அனுமதிக்கப்பட்டனர்.

1620ல் குயின்டியஸ் உம்ஃபிராவில் ***வீரதீர மந்திரவாதிகளின் உன்னதமான விளையாட்டு*** புத்தகத்தை எழுதிய சமயத்தில், பிடிப்பவர்களின் வேலை ஏற்கனவே எளிமையாக்கப்பட்டு இருந்தது. கோல் போடும் பகுதிகள் இப்போது மைதானத்தில் வரையறுக்கப்பட்டு இருந்தன. பிடிப்பவர்கள் தங்கள் கோல்போஸ்டைப் பாதுகாத்துக் கொண்டு அப்பகுதிக்குள் மட்டுமே இருக்கும்படி அறிவுறுத்தப்பட்டனர். அதே சமயம், எதிரணியிலுள்ள துரத்துபவர்களை பயமுறுத்துவதற்கோ அல்லது அவர்களை முன்கூட்டியே எதிர்கொள்வதற்கோ தங்களுக்காக வரையறுக்கப்பட்டிருந்த பகுதிகளுக்கு வெளியே பறக்க அவர்களுக்கு அனுமதி இருந்தது.

அடிப்பவர்கள்

அடிப்பவர்களின் கடமை பல நூற்றாண்டுகளாக அவ்வளவாக மாறவேயில்லை. இந்த விளையாட்டில் பிளட்ஜர்கள் அறிமுகப்படுத்தப்பட்ட சமயத்திலிருந்தே அடிப்பவர்கள் இருந்து வந்துள்ளதாகக் கருதப்படுகிறது. அடிப்பவர்களின் முதல் கடமை, தங்களுடைய அணியினரை பிளட்ஜர்களிடமிருந்து பாதுகாப்பதுதான். அதை அவர்கள் தங்களுடைய மட்டைகளின் உதவியோடு நிறைவேற்றுகின்றனர் (ஒரு காலத்தில் அந்த மட்டைகள் உருட்டுக்கட்டைகளாக இருந்தன, மேலும் விபரங்களுக்கு மூன்றாவது அத்தியாத்திலுள்ள குட்வின் நீனின் கடிதத்தைப் பார்க்கவும்). அடிப்பவர்கள் ஒருபோதும் கோல் போடுபவர்களாக இருந்ததில்லை. அதேபோல, அவர்கள் குவாஃபில் பந்தைக் கையாண்டதாகவும் தெரியவில்லை.

பிளட்ஜர்களை அடித்துத் துரத்துவதற்கு அடிப்பவர்களுக்கு அசாத்தியமான உடல் வலு தேவை. அதனால் குவிடிச் விளையாட்டில் மற்ற நிலையில் இருந்து விளையாடும் வீரர்களோடு ஒப்பிடுகையில், மந்திரவாதினிகளைவிடப் பெரும்பாலும் மந்திரவாதிகளே அடிப்பவர்களாக இருந்து வந்துள்ளனர். அதோடு, அடிப்பவர்கள் மந்திரத் துடப்பங்களில் பறக்கும்போது தங்களை நிலைப்படுத்திக் கொள்வதில் மிகத் திறமையானவர்களாக இருக்க வேண்டும். ஏனெனில், இரண்டு கைகளாலும் பிளட்ஜர்களை அடிக்க வேண்டிய சூழல் ஏற்படும் சமயங்களில் அவர்கள் தங்களுடைய இரண்டு கைகளையும் மந்திரத் துடப்பங்களிலிருந்து எடுக்க வேண்டியிருக்கும்.

துரத்துபவர்கள்

ஆரம்ப காலத்திலிருந்தே குவிடிச் விளையாட்டில் துரத்துபவர்கள் இருந்து வந்துள்ளனர். ஏனெனில், அப்போதெல்லாம் கோல் போடுவது மட்டுமே விளையாட்டின் நோக்கமாக இருந்தது. துரத்துபவர்கள் குவாஃபிலை ஒருவருக்கொருவர் எறிந்து கொண்டே விரைந்து சென்று எதிரணியின் கோல்போஸ்டில் போடுவர். ஒவ்வொரு கோலுக்கும் பத்துப் புள்ளிகள் வழங்கப்பட்டன.

அதுவரை கோல் போடுவதற்காகப் பயன்படுத்தப்பட்டு வந்த கூடைக்கு பதிலாக வளையங்கள் மாற்றப்பட்டு ஒரு வருடத்திற்குப் பிறகு, 1884ம் ஆண்டில்தான் துரத்துபவர்கள் குறித்த ஒரே ஒரு முக்கியமான மாற்றம் நிகழ்ந்தது. அப்போது ஒரு புதிய விதி அறிமுகப்படுத்தப்பட்டது. குவாஃபிலைக் கையில் வைத்திருக்கும் துரத்துபவர்கள் மட்டுமே கோல் போட வரையறுக்கப்பட்டப் பகுதிக்குள் அனுமதிக்கப்பட்டனர். ஒன்றுக்கு மேற்பட்டத் துரத்துபவர்கள் அப்பகுதிக்குள் நுழைந்தால் கோல் தள்ளுபடி செய்யப்பட்டது. குவிடிச் வீரர்கள் வழக்கமாகப் பயன்படுத்தி வந்த 'ஸ்டூஜிங்' என்ற தந்திரத்தைக் கட்டுப்படுத்தவே இந்த விதி புகுத்தப்பட்டது (ஸ்டூஜிங் குறித்து மேலும் அறிந்து கொள்ளப் பின்வரும் 'ஃபவுல்' பகுதியைப் பார்க்கவும்). விளையாட்டின்போது, துரத்துபவர்கள் இருவர் எதிரணி பாதுகாக்கின்ற கோல் பகுதிக்குள் நுழைந்து அந்த அணியின் பிடிப்பவனை வெளியே தள்ளுவார்கள்; அப்போது மூன்றாவதாக ஒரு துரத்துபவன் வந்து எளிதாக கோல் போட்டுவிடுவான். இதைச் சட்டத்திற்குப் புறம்பானதாக ஆக்கவே இந்த விதி. அந்தக் காலகட்டத்தில் வெளிவந்த **டெய்லி புராஃபெட்** பத்திரிகை இப்புதிய விதி குறித்து மக்களின் கருத்துக்களை வெளியிட்டிருந்தது.

எங்களுடைய துரத்துபவர்கள் மோசடிப் பேர்வழிகள் அல்லர்

நேற்று இரவு மாயாஜால விளையாட்டுத் துறை ஸ்குஜிங்கைத் தடுப்பதற்காகக் கொண்டு வந்த புதிய 'பெனால்டி' விதிமுறையைக் கண்டு பிரிட்டன் முழுவதும் உள்ள குவிடிச் ரசிகர்கள் அதிர்ச்சி அடைந்துள்ளனர்.

பெரும் மனஅழுத்தத்திற்கு ஆளானதுபோலத் தோற்றமளித்த மாயாஜால விளையாட்டுத் துறைப் பிரதிநிதி ஒருவர், "சமீப காலங்களில் ஸ்குஜிங் வெகுவாக அதிகரித்து வருகிறது. இப்போதெல்லாம் தடுப்பவர்களுக்கு அடிக்கடி பலமான காயங்கள் ஏற்படுகின்றன. அவற்றைத் தடுக்க இந்த விதி உதவும். முன்பு, தேடுபவர்கள் மூவர் சேர்ந்து தடுப்பவரைத் தாக்குவர். இனி தடுப்பவர் ஒரே ஒருவரைச் சமாளித்தால் போதும். இனி எல்லாமே நியாயமாகவும் தெளிவாகவும் இருக்கும்," என்று குறிப்பிட்டார்.

இக்கட்டத்தில் கோபத்தில் கொந்தளித்துக் கொண்டிருந்த கூட்டம் அவர்மீது குவாஃபில்களை எறியத் தொடங்கியதால், அவர் அங்கிருந்து அகலும் சூழ்நிலை உண்டானது. மந்திரஜாலச் சட்ட அமலாக்கத் துறையைச் சேர்ந்த மந்திரவாதிகள் அங்கு வந்து கூட்டத்தைக் கலைத்தனர். மந்திரஜால அமைச்சரை ஸ்குஜ் செய்யப் போவதாக அக்கூட்டத்தினர் மிரட்டிக் கொண்டிருந்தனர்.

தேமல் படர்ந்திருந்த முகத்தோடு இருந்த ஓர் ஆறு வயதுப் பையன் அங்கிருந்து அழுது கொண்டே வெளியேறினான்.

அவன் தேம்பிக் கொண்டே, "எனக்கு ஸ்குஜிங் மிகவும் பிடிக்கும். எதிரணியினர் தடுப்பவர்களை அடித்துத் துவைத்துப் பந்தாடுவதை நானும் என்

அப்பாவும் வெகுவாக ரசிப்போம். இதற்குப் பிறகு குவிடிச் விளையாட்டைப் பார்க்க நான் போகப் போவதில்லை," என்று *டெய்லி புரா∴பெட்டிடம்* கூறினான்.

***டெய்லி புரா∴பெட்*, ஜூன் 22, 1884**

தேடுபவர்கள்

தேடுபவர்கள் பொதுவாக மிக வேகமாகப் பறப்பவர்களாகவும் குறைவான உடல் எடை கொண்டவர்களாகவும் இருப்பர். ஒரு கையை அல்லது தேவைப்படும்போது இரண்டு கைகளையும் மந்திரத் துடைப்பத்திலிருந்து எடுத்துவிட்டுப் பறக்கும் திறமையும் துல்லியமான பார்வைத் திறனும் அவர்களிடம் இருத்தல் வேண்டும். ஒரு போட்டியின் வெற்றி தோல்வியை நிர்ணயிக்கும் நிலையில் அவர்கள் இருப்பதால், எதிரணியினர் தேடுபவர்கள்மீதுதான் அதிகமாக முறையற்ற ஆட்டங்களை ஆடுவர். ஏனெனில், ஸ்னிச்சைப் பிடிப்பது பெரும்பாலான சமயங்களில் தோல்வியின் கோரப் பிடியிலிருந்து ஓர் அணியை விடுவித்துவிடும். மிகச் சிறப்பாகப் பறக்கக்கூடியவர்கள்தான் காலங்காலமாக இவ்விளையாட்டில் தேடுபவர்களாக இருந்து வந்துள்ளனர். அவர்கள் அப்பொறுப்பில் இருப்பது அவர்களைப் பிரபலமானவர்களாக ஆக்குகிறது என்றாலும், இந்த விளையாட்டில் மிக மோசமான காயங்களுக்கு ஆளாகின்றவர்களும் அவர்கள்தாம். "தேடுபவனை வீழ்த்துங்கள்," என்பதைத்தான் ***த பீட்டர்ஸ் பைபிள்*** *என்ற தன்னுடைய நூலில் புரூட்டஸ் ஸ்கிரிம்ஜர் முதல் விதியாகக் குறிப்பிடுகிறார்.*

விதிமுறைகள்

1750ல் டிபார்ட்மென்ட் ஆஃப் மேஜிக்கல் கேம்ஸ் அன்ட் ஸ்போர்ட்ஸ் நிறுவப்பட்டவுடன், குவிடிச் ஆட்டத்திற்கான பின்வரும் விதிமுறைகளை அத்துறை உருவாக்கியது:

1. ஆட்டத்தின்போது வீரர்கள் ஒரு குறிப்பிட்ட உயரம்வரை மட்டுமே பறக்க வேண்டும் என்ற கட்டுப்பாடு எதுவும் விதிக்கப்படவில்லை என்றாலும், விளையாட்டு மைதானத்தின் எல்லைக்கோட்டுக்கு வெளியே அவர்கள் செல்லக்கூடாது. அப்படிச் சென்றால் அவர்கள் குவாஃபில் பந்தை எதிரணியினரிடம் ஒப்படைத்துவிட வேண்டும்.

2. ஓர் அணியின் தலைவர் நடுவரிடம் சமிக்கை மூலம் அறிவித்துவிட்டு 'டைம்-அவுட்' எடுத்துக் கொள்ளலாம். அப்படிப்பட்ட சமயங்களில் மட்டும் வீரர்களின் கால்கள் நிலத்தைத் தொட அனுமதியுண்டு. பன்னிரண்டு மணிநேரத்திற்கு மேல் விளையாட்டு நீடித்துவிட்டால், அவர்கள் இரண்டு மணிநேரம்வரை 'டைம்-அவுட்' எடுத்துக் கொள்ளலாம். இரண்டு மணிநேரத்திற்குப் பிறகு மைதானத்திற்குள் அவர்கள் வராவிட்டால், விளையாடும் தகுதியை அக்குழு இழந்துவிடும்.

3. நடுவரால் ஓர் அணியினருக்கு எதிராகப் 'பெனால்டி' விதிக்க முடியும். எந்த அணிக்குப் பெனால்டி விதிக்கப்படுகிறதோ, அதன் எதிரணியிலுள்ள துரத்துபவன் மத்திய வட்டத்திலிருந்து புறப்பட்டு கோல் போடும் இடத்தை நோக்கிப் பறப்பான். அப்போது, பெனால்டி விதிக்கப்பட்ட அணியில்

உள்ள தடுப்பவனைத் தவிர மற்ற வீரர்கள் அனைவரும் பின்னால் தள்ளி நின்று கொண்டிருக்க வேண்டும்.

4. குவாஃபிலை வேறொரு வீரரிடமிருந்து பறித்துக் கொள்ளலாம். ஆனால் அதைப் பறிப்பவர், எக்காரணம் கொண்டும் அந்த வீரருடைய உடலின் எப்பகுதியையும் கட்டிப் பிடிக்கக்கூடாது.

5. ஏதாவது ஒரு வீரருக்குக் காயம் ஏற்பட்டுவிட்டால், அவருக்கு பதிலாக வேறொருவரை விளையாட்டில் சேர்த்துக் கொள்ள முடியாது. அந்த அணி மீதமிருக்கும் வீரர்களை வைத்து ஆட்டத்தைச் சமாளித்துக் கொள்ள வேண்டும்.

6. வீரர்கள் மைதானத்திற்குள் தங்களுடைய மந்திரக்கோல்களை[1] எடுத்துச் செல்லலாம். ஆனால் எக்காரணத்திற்காகவும் அவர்கள் தங்களுடைய மந்திரக்கோல்களை எதிரணியினர்மீதோ, அல்லது அவர்களுடைய மந்திரத் துடப்பங்கள், நடுவர், பந்துகள், அல்லது பார்வையாளர்கள்மீதோ பயன்படுத்தக்கூடாது.

7. தங்க ஸ்னிச் பிடிக்கப்பட்டவுடனோ அல்லது விளையாட்டை நிறுத்திக் கொள்ள இரண்டு அணிகளின் தலைவர்களும் ஒப்புக் கொள்ளும்போது மட்டுமே குவிடிச் விளையாட்டு முடிவுக்கு வரும்.

---

1. 1692ல் மக்கள் மந்திரவாதிகளை வேட்டையாடுவது உச்சகட்டத்தில் இருந்தது. எனவே, மந்திரவாதிகள் தலைமறைவாக இருக்க முயற்சிகள் மேற்கொள்ளத் தொடங்கியிருந்தனர். அப்போதுதான், மந்திரவாதிகள் தங்களுடைய மந்திரக்கோல்களை எல்லா சமயங்களிலும் தங்களுடன் வைத்துக் கொள்ளலாம் என்று இன்டர்நேஷனல் கான்ஃபெடரேஷன் ஆஃப் விஸர்ட்ஸ் அறிவித்தது.

ஃபவுல்கள்

விதிமுறைகள் என்பதே முறிக்கப்படுவதற்காகத்தானே! குவிடிச் விளையாட்டு தொடர்பாக எழுநூறு ஃபவுல்கள் டிபார்ட்மெண்ட் ஆஃப் மேஜிக்கல் கேம்ஸ் அண்ட் ஸ்போர்ட்ஸின் ஆவணங்களில் குறிப்பிடப்பட்டுள்ளன. அவை அனைத்தும் **1473**ம் ஆண்டு நடைபெற்ற

முதல் உலகக் கோப்பைப் போட்டியின்போது நிகழ்த்தப்பட்டவை. ஆனால் ஃபவுல்களின் ஒட்டுமொத்தப் பட்டியல் மந்திரவாதப் பொதுமக்களுக்கு ஒருபோதும் வெளியிடப்படவில்லை. அப்படி வெளியிட்டால், அதிலிருந்து அவர்களுக்கு ஏதாவது புதிய யோசனைகள் பிறக்கும் என்று மாயாஜால விளையாட்டுத் துறை கருதியது.

நான் இப்புத்தகத்திற்காக ஆராய்ச்சி செய்து கொண்டிருந்தபோது, இது தொடர்பான ஆவணங்களைப் பார்வையிடும் அரிய வாய்ப்பு எனக்குக் கிடைத்தது. ஃபவுல்களின் ஒட்டுமொத்தப் பட்டியலை வெளியிடுவதால் மக்களுக்குப் பெரிதாக எந்தவிதமான நன்மைகளும் ஏற்பட்டுவிடாது என்பதுதான் என் கருத்தும். எதிரணியினர்மீது மந்திரக்கோல்களைப் பயன்படுத்தக்கூடாது என்ற விதியைத் தீவிரமாகக் கடைபிடித்தால், அப்பட்டியலில் உள்ள ஃபவுல்களில் தொண்ணூறு சதவீதம் சாத்தியப்படாது (இந்தத் தடை 1538ல் அறிமுகப்படுத்தப்பட்டது). மீதமுள்ள பத்து சதவீத ஃபவுல்களை மிக மோசமான வீரர்கள்கூட விளையாட மாட்டார்கள். “எதிரணி ஆட்டக்காரரின் மந்திரத் துடப்பத்தின் வாலுக்குத் தீ வைப்பது,” “எதிரணி ஆட்டக்காரரின் மந்திரத் துடப்பத்தை உருட்டுக் கட்டையால் சாத்துவது,” “எதிரணி ஆட்டக்காரரின் மந்திரத் துடப்பத்தைக் கோடரியால் வெட்டுவது,” போன்றவற்றை இதற்கு எடுத்துக்காட்டுகளாகக் கூறலாம். நவீன குவிடிச் ஆட்டக்காரர்கள் எவருமே விதிகளை மீறுவதில்லை என்று நான் கூற வரவில்லை. பொதுவாக நிகழ்த்தப்படும் பத்து ஃபவுல்களின் பட்டியலை அடுத்தப் பக்கத்தில் காணலாம். அந்த ஃபவுல்களின் பெயர்கள் முதல் பத்தியில் கொடுக்கப்பட்டுள்ளன.

பெயர்	**யாருக்குப் பொருந்தும்**	**விவரணம்**
பிளாகிங்	*எல்லா ஆட்டக்காரர்களுக்கும்*	வேகத்தை மட்டுப்படுத்துவதற்காக அல்லது இடையூறு செய்வதற்காக எதிரணியினரின் மந்திரத் துடப்பத்தின் வாலைப் பிடிப்பது
பிளாட்சிங்	*எல்லா ஆட்டக்காரர்களுக்கும்*	மோதும் நோக்கத்துடன் பறப்பது
பிளர்ட்டிங்	*எல்லா ஆட்டக்காரர்களுக்கும்*	எதிராளி சென்று கொண்டிருக்கும் வழியை மாற்றும் நோக்குடன் அவருடைய துடப்பத்தோடு தன் துடப்பத்தைக் கோர்த்துக் கொள்வது
பம்ஃபிங்	*அடிப்பவர்களுக்கு மட்டும்*	பார்வையாளர்களை நோக்கி பிளட்ஜர்களை அடிப்பது. பார்வையாளர்களைப் பாதுகாக்க அதிகாரிகள் விரையும்போது விளையாட்டில் தடை ஏற்படும். எதிரணியின் துரத்துபவன் கோல் போடுவதைத் தடுக்கும் நோக்கத்தில் சமயங்களில் மோசமான ஆட்டக்காரர்கள் இதில் ஈடுபடுவதுண்டு
காபிங்	*எல்லா ஆட்டக்காரர்களுக்கும்*	எதிராளியிடம் அளவுக்கு அதிகமாக முழங்கையைப் பயன்படுத்துவது

ஃபிளாக்கிங்	*தடுப்பவர்களுக்கு மட்டும்*	கோலைத் தடுப்பதற்காக அந்த வளையத்தில் உடல் உறுப்பு எதையாவது நுழைப்பது. எதிரணியினர் கோல் போடுவதைத் தடுக்கும் விதத்தில் பிடிப்பவர்கள் கோல்போஸ்டிற்கு முன்னால் இருந்துதான் கோல்போஸ்டைப் பாதுகாக்க வேண்டுமே அன்றி, பின்னால் இருந்து அல்ல
ஹேவர்-ஸாக்கிங்	*துரத்துபவர்களுக்கு மட்டும்*	கோல்போஸ்ட் வளையத்திற்குள் குவாஃபில் செல்லும்போது அந்தப் பந்திலிருந்து கையை எடுக்காமல் இருத்தல் (குவாஃபில் எறியப்பட வேண்டும்)
குவாஃபில்-பாக்கிங்	*துரத்துபவர்களுக்கு மட்டும்*	குவாஃபில் பந்தை நாசமாக்குவது, எடுத்துக்காட்டாக, அது வேகமாகக் கீழே விழுவதற்காகவோ அல்லது தாறுமாறாகச் செல்வதற்காகவோ அதில் ஓட்டை போடுவது
ஸ்னிச்-நிப்பிங்	*தேடுபவர்கள் தவிர மற்ற அனைவருக்கும்*	தேடுபவன் தவிர வேறு எவரேனும் தங்க ஸ்னிச்சைத் தொடுவது அல்லது பிடிப்பது
ஸ்டூஜிங்	*துரத்துபவர்களுக்கு மட்டும்*	கோல் போடும் பகுதிக்குள் ஒன்றுக்கு மேற்பட்டத் துரத்துபவர்கள் நுழைவது

ஆட்ட நடுவர்கள்

குவிடிச் விளையாட்டில் நடுவர்களாகப் பணிபுரிவதை ஒரு காலத்தில் மிகவும் துணிச்சலான மந்திரவாதிகளும் மந்திரவாதினிகளும் மட்டுமே செய்து வந்தனர். 1357ல் இரண்டு குவிடிச் அணிகளுக்கு இடையே நட்புரீதியாக நடைபெற்ற ஒரு போட்டியில் நடுவராகப் பணிபுரிந்த நார்ஃபோக்கைச் சேர்ந்த சைப்ரியன் யூடில், அந்த விளையாட்டு நடைபெற்றுக் கொண்டிருந்தபோது இறந்து போனதாக ஜக்காரியஸ் தெரிவிக்கிறார். யூடில்மீது தீய சாபத்தை ஏவிவிட்டது யார் என்று கடைசிவரை தெரியவில்லை. ஆனால் அது பார்வையாளர்களில் ஒருவராக இருந்திருக்கும் என்று நம்பப்பட்டது. அதற்குப் பிறகு விளையாட்டின்போது நடுவர்கள் கொல்லப்பட்ட நிரூபணமான சம்பவம் எதுவும் நடைபெறவில்லை என்றாலும், மந்திரத் துடப்பங்களில் தில்லுமுல்லு செய்வது பல நூற்றாண்டுகளாகத் தொடர்ந்து கொண்டுதான் இருக்கிறது. மந்திரசக்தி மூலம் நடுவரின் மந்திரத் துடப்பத்தை ஒரு ‘போர்ட்கீ’யாக மாற்றி, ஆட்டம் பாதி நடந்து கொண்டிருக்கும்போதே அந்தப் ‘போர்ட்கீ’ மூலம் கண்காணாத வேறு ஓரிடத்திற்கு அவரைக் கடத்தும் நிகழ்வுகள்தான் அவற்றில் ஆபத்தானவை. அப்படிக் கடத்தப்பட்ட நடுவர்கள் பல சமயங்களில் பல மாதங்களுக்குப் பிறகு சகாரா பாலைவனத்தில் கண்டுபிடிக்கப்பட்டனர். விளையாட்டு வீரர்களின் மந்திரத் துடப்பங்கள் குறித்துக் கடைபிடிக்கப்பட வேண்டிய திட்டவட்டமான பாதுகாப்புச் சோதனைகளை மந்திரஜால விளையாட்டு அமைச்சகம் வரையறுத்துள்ளது.

நல்லவேளையாக இப்படிப்பட்டச் சம்பவங்கள் இப்போது அரிதாகி வருகின்றன.

குவிடிச் விளையாட்டு நடுவராக ஒருவர் திறம்படச் செயல்பட வேண்டுமென்றால் அவருக்கு நன்றாகப் பறக்கத் தெரிந்திருந்தால் மட்டும் போதாது. நடுவராக இருப்பவர் ஒரே நேரத்தில் பதினான்கு பேர் அடிக்கும் கூத்துகளைக் கண்காணிக்க வேண்டும். நடுவர்களுக்கு ஏற்படும் காயங்களில் கழுத்து வலி முதலிடத்தில் இருப்பதற்கு இதுதான் காரணம். தொழில்முறைரீதியாக நடத்தப்படும் விளையாட்டுப் போட்டிகளில் நடுவருக்கு உதவி செய்ய அதிகாரிகள் இருப்பர். அவர்கள் மைதானத்தின் எல்லைக்கோடுகளில் நின்று கொண்டு, பந்துகளோ அல்லது வீரர்களோ வெளியே செல்கிறார்களா என்பதைத் தொடர்ந்து கண்காணித்து வருவர்.

பிரிட்டனில் குவிடிச் நடுவர்கள் டிபார்ட்மெண்ட் ஆஃப் மேஜிக்கல் கேம்ஸ் அண்ட் ஸ்போர்ட்ஸால் தேர்ந்தெடுக்கப்படுகின்றனர். பறக்கும் திறமை குறித்து அவர்களிடம் கடும் சோதனைகள் மேற்கொள்ளப்படும். குவிடிச் விதிமுறைகளை அவர்கள் தெளிவாக அறிந்துள்ளார்களா என்பதைப் பரிசோதிக்கும் எழுத்துத் தேர்வுகளிலும் அவர்கள் தேர்ச்சி அடைய வேண்டும். அதோடு, மனஅழுத்தம் மிக்கச் சூழ்நிலைகளிலும் விளையாட்டு வீரர்களை சபிக்கவோ அல்லது அவர்கள்மீது தீய மந்திரங்களை ஏவவோ தாங்கள் துணிய மாட்டோம் என்பதைத் தொடர்ச்சியாக நடைபெறும் பல பயிற்சி ஆட்டங்களின் மூலம் அவர்கள் நிரூபித்துக் காட்ட வேண்டும்.

7

பிரிட்டன் மற்றும் அயர்லாந்து குவிடிச் அணிகள்

மகுள்களிடமிருந்து குவிடிச் விளையாட்டை மறைத்து வைக்க வேண்டியிருந்ததால், ஒவ்வொரு வருடமும் விளையாடப்பட்டக் குவிடிச் விளையாட்டுகளின் எண்ணிக்கையை டிபார்ட்மென்ட் ஆஃப் மேஜிக்கல் கேம்ஸ் அன்ட் ஸ்போர்ட்ஸ் கட்டுப்படுத்த வேண்டி இருந்தது. சரியான விதிமுறைகள் பின்பற்றப்படும் பட்சத்தில், பொழுதுபோக்கிற்காக விளையாடப்படும் குவிடிச் விளையாட்டுகளுக்கு வரம்பு எதுவும் நிர்ணியக்கப்படவில்லை. ஆனால் **1674**ல் ‘லீக்’ அமைப்பு துவக்கப்பட்டவுடன், தொழில்முறைரீதியாக விளையாடப்படும் குவிடிச் விளையாட்டுகளுக்கு எண்ணிக்கை வரம்பு நிர்ணயிக்கப்பட்டது. அச்சமயத்தில், பிரிட்டன் மற்றும் அயர்லாந்தைச் சேர்ந்த பதிமூன்று குவிடிச் அணிகள் லீக் அமைப்பில் இடம்பெறுவதற்காகத் தேர்ந்தெடுக்கப்பட்டன. எஞ்சியிருந்த அணிகள் அனைத்தும் கலைக்கப்பட்டன. அந்தப் பதிமூன்று அணிகளும் ஆண்டுதோறும் லீக் கோப்பைக்காகத் தொடர்ந்து போட்டியிட்டு வருகின்றன.

ஆப்பிள்பை ஆரோஸ்

இந்த வடக்கு ஆங்கிலேய அணி *1612*ல் உருவாக்கப்பட்டது. வெளிர் நீல நிறத்தில் இருந்த அந்த அணியின் அங்கியை வெள்ளி நிறத்தில் ஓர் அம்பின் படம் அலங்கரித்தது. ஆரோஸ் ரசிகர்களைப் பொருத்தவரை, *1932*ல் அப்போது ஐரோப்பிய சாம்பியனாக இருந்து வந்த 'விரஸ்டா வல்ச்சர்ஸ்' அணியைத் தோற்கடித்த நாள்தான் அவர்களுடைய பொன்னாள். அந்தப் போட்டி, கடும் மழை மற்றும் மூடுபனி நிலவிய பதினாறு நாட்கள் தொடர்ந்து நடைபெற்றது. இந்த அணி கோல் போட்டபோதெல்லாம் அதன் ரசிகர்கள் தங்களுடைய மந்திரக்கோல்களிலிருந்து அம்புகளை மைதானத்திற்குள் பறக்கவிடுவதை வழக்கமாகக் கொண்டிருந்தனர். அப்படி விடப்பட்ட அம்புகளில் ஒன்று ஆட்ட நடுவர் நூஜெண்ட் பாட்ஸின் மூக்கைத் துளைத்துவிட்டதால், *1894*ல் டிபார்ட்மெண்ட் ஆஃப் மேஜிக்கல் கேம்ஸ் அண்ட் ஸ்போர்ட்ஸ் அந்த வழக்கத்தைத் தடை செய்தது. ஆரோஸ் அணிக்கும் விம்போர்ன் வாஸ்ப்ஸ் அணிக்கும் இடையே தீராத பகை எப்போதும் நிலவி வந்துள்ளது (விம்போர்ன் வாஸ்ப்ஸ் அணி பற்றிய விபரம் இந்த அத்தியாயத்தின் பிற்பகுதியில் கொடுக்கப்பட்டுள்ளது).

பேலிகாஸில் பேட்ஸ்

வடக்கு அயர்லாந்தைச் சேர்ந்த இந்த மிகப் பிரபலமான குவிடிச் அணி இதுவரை லீக் போட்டிகளில் இருபத்தேழு முறை வென்று சாதனை படைத்துள்ளது. லீக் போட்டிகளின் வரலாற்றில் இதைவிட அதிக வெற்றிகளைப்

பெற்றிருந்த அணி ஒன்றே ஒன்றுதான் இருந்தது. இந்த அணியினரின் கருப்புநிற அங்கியின் மார்புக்குக் குறுக்காக ரத்தச் சிவப்பு நிறத்தில் ஒரு வௌவாலின் படம் பொறிக்கப்பட்டிருக்கும். இந்த அணியின் மிகப் பிரபலமான சின்னமான 'பார்னி த ஃப்ரூட்பேட்,' ஜனரஞ்சகமாக விளங்கிய பட்டர்பீர் விளம்பரத்திலும் இடம்பெற்றிருந்தது **(பட்டர்பீரைப் பார்த்தாலே பார்னி ஆட்டம் போடத் தொடங்கிவிடும்!).**

கேர்ஃபில்லி கேட்டாபுல்ட்ஸ்

வேல்ஸ் பிராந்தியத்தைச் சேர்ந்த இந்த அணி **1402**ல் துவக்கப்பட்டது. மேலிருந்து கீழாக இளம் பச்சை மற்றும் ரத்தச் சிவப்பு நிறத்தில் கோடுகள் போடப்பட்டிருக்கும் அங்கிதான் இந்த அணியினரின் சீருடை. அவர்கள் லீக் போட்டிகளில் பதினெட்டு முறை வென்றதும், **1956**ல் நார்வே நாட்டைச் சேர்ந்த குவிடிச் அணியான கராஸ்ஜோக் கைட்ஸைத் தோற்கடித்து ஐரோப்பியக் கோப்பையை வென்றதும் அவர்களுடைய சாதனைகளில் குறிப்பிடத்தக்கவை. அந்த அணியின் மிகப் பிரபலமான வீரரான 'டேஞ்சரஸ் டாய்' லேவெலின், கிரீஸ் நாட்டிலுள்ள மைகோனாஸ் என்ற இடத்தில் விடுமுறைக்காகச் சென்றிருந்த சமயத்தில் ஷிமேரா என்ற மந்திரஜால விலங்கால் உயிரோடு விழுங்கப்பட்ட அசம்பாவிதச் சம்பவம் நிகழ்ந்தபோது, வேல்ஸ் பகுதி முழுவதும் ஒரு-நாள் துக்கம் அனுசரிக்கப்பட்டது. போட்டிகளின்போது அசட்டுத் துணிச்சல் நடவடிக்கைகளில் ஈடுபடும் குவிடிச் வீரர் ஒருவருக்கு, லேவெலின் நினைவாக, லீக் போட்டிகளின் ஒவ்வொரு பருவத்தின் முடிவிலும் **டேஞ்சரஸ் டாய் நினைவுப் பதக்கம்** ஒன்று வழங்கப்படுகிறது.

சட்லி கேனன்ஸ்

இந்த அணியினரின் பொற்காலம் முடிவுக்கு வந்துவிட்டதாகப் பலர் கருதினாலும் இந்த அணியின் தீவிர ரசிகர்கள், தங்கள் அணி மீண்டும் வீறுகொண்டு எழும் என்று நம்பிக் கொண்டிருக்கின்றனர். இந்த அணி இருபத்தோரு முறை லீக் போட்டிகளில் வென்றிருந்தாலும், 1892க்குப் பிறகு அது ஒரு முறைகூட வெல்லவில்லை. கடந்த நூற்றாண்டு முழுவதும் அதன் விளையாட்டு அவ்வளவு சொல்லிக் கொள்ளும்படியாக இருக்கவில்லை. அவர்களுடைய பளீர் ஆரஞ்சு நிற அங்கியில், வேகமாக வரும் பீரங்கிக் குண்டு ஒன்றும் ஆங்கில எழுத்து 'சி' இரண்டு முறையும் கருப்பு நிறத்தில் பொறிக்கப்பட்டிருக்கும். 'நாம் வெற்றி வாகை சூடுவோம்,' என்ற அதன் வழக்கமான குறிக்கோள் வாசகம், 1972ல் 'அதிர்ஷ்ட தேவதை நம்மை முத்தமிடுவாள் என்றும், நல்லது நடக்கும் என்றும் நாம் நம்புவோம்,' என்று மாற்றப்பட்டது.

ஃபால்மவுத் ஃபால்கன்ஸ்

இந்த அணியினர் கருஞ்சாம்பலும் வெள்ளையும் கலந்த நிறத்திலுள்ள அங்கியை அணிவர். அதன் மார்பின் குறுக்காக ஒரு வல்லூறின் படம் பொறிக்கப்பட்டிருக்கும். அடாவடி ஆட்டத்திற்குச் சொந்தக்காரர்கள் இந்த அணியினர். அதை உறுதி செய்த பெருமை சர்வதேச அளவில் புகழ்பெற்றக் குவிடிச் வீரர்களான கெவின் பிராட்மூர் மற்றும் கார்ல் பிராட்மூரைச் சாரும். அச்சகோதரர்கள் இந்த அணிக்காக 1958லிருந்து 1969வரை விளையாடினர்.

அவர்களுடைய அடாவடி ஆட்டத்தின் காரணமாக அவர்கள் பதினான்கு முறை ஆட்டத்திலிருந்து நீக்கப்பட்டனர். இந்த அணியின் குறிக்கோள் வாசகம் இதுதான்: 'நாம் வெற்றி பெறுவோம், இல்லையேல் எதிரணியினர் ஒருசிலரின் மண்டையைப் பிளப்போம்!'

ஹோலிஹெட் ஹார்பீஸ்

வேல்ஸ் பகுதியைச் சேர்ந்த இந்த அணி மிகவும் பழமையானது (1203ல் துவக்கப்பட்டது). இது உலகிலேயே தனித்துவமான ஓர் அணி. ஏனெனில், இந்த அணி எப்போதும் மந்திரவாதினிகளை மட்டுமே ஆட்டத்திற்குத் தேர்ந்தெடுத்தது. அதன் அங்கி கரும்பச்சை நிறத்தில் இருக்கும். அந்த அங்கியில் மார்புக்குக் குறுக்காக ஒரு பறவையின் பொன்னிறக் கூர்நகங்கள் பொறிக்கப்பட்டிருக்கும். 1953ல் இந்த அணி 'ஹைடல்பர்க் ஹேரியர்ஸ்' அணியைத் தோற்கடித்த விளையாட்டுதான் குவிடிச் விளையாட்டின் வரலாற்றிலேயே தலைசிறந்த ஒன்றாகக் கருதப்படுகிறது. ஏழு நாட்கள் தொடர்ந்த இந்த விளையாட்டு, ஹார்ப்பீஸ் அணியின் தேடுபவளான கிளின்னிஸ் கிரிஃபித்ஸ் தங்க ஸ்னிச்சைப் பிடித்தவுடன் நிறைவுக்கு வந்தது. அப்போட்டி நிறைவடைந்தபோது, ஹாரியர்ஸ் அணியின் தலைவன் ருடால்ஃப் பிரான்ட் தன் மந்திரத் துடப்பத்திலிருந்து இறங்கி வந்து நிலத்தைத் தொட்டவுடன், நேராகத் தன் எதிரணியின் தலைவி குவென்டோலின் மோர்கனை அணுகி, அவளைத் தான் திருமணம் செய்து கொள்ள விரும்பியதாகத் தெரிவித்தபோது, அவள் தன்னுடைய 'கிளீன்ஸ்வீப் 5' மட்டையால் அவனுடைய தலையில் அடித்து அவனைக் கிறுகிறுக்கச் செய்திருந்த கதை இன்றுவரை பேசப்படுகிறது.

கென்மேர் கெஸ்ட்ரல்ஸ்

அயர்லாந்தைச் சேர்ந்த இந்த அணி 1291ல் துவக்கப்பட்டது. இந்த அணியின் ஆதரவாளர்கள் இந்த அணி விளையாடும்போது அருமையாக

யாழிசை மீட்டித் தங்கள் மகிழ்ச்சியைத் தெரிவிப்பதற்குப் புகழ் பெற்றவர்கள். அதோடு, அவர்கள் அந்த அணியின் சின்னமான 'லெப்ரெகான்' உருவத்தையும் துடிப்புடன் அசைத்துக் காட்டுவர். இந்த அணியினரின் அங்கி பிரகாசமான பச்சை நிறத்தில் இருக்கும். அதன் மார்புக்குக்

குறுக்காக மஞ்சள் நிறத்தில் ஆங்கில எழுத்து 'கே' முதுகோடு முதுகு சாய்ந்திருப்பதுபோல வரையப்பட்டிருக்கும். 1947லிருந்து 1960வரை இந்த அணியின் தடுப்பவனாக இருந்த டேரன் ஓ' ஹேரர், மூன்று முறை இதற்குத் தலைமை ஏற்றும் உள்ளான். துரத்துபவர்களின் 'ஹாக்ஸ்ஹெட்' தாக்குதல் வியூகத்தை வடிவமைத்தப் பெருமையும் இவனுக்கு உண்டு (இந்த வியூகம் குறித்து மேலும் அறிந்து கொள்ளப் பத்தாவது அத்தியாயத்தைப் பார்க்கவும்).

மான்ட்ரோஸ் மேக்பைஸ்

பிரிட்டன் மற்றும் அயர்லாந்து குவிடிச் விளையாட்டின் வரலாற்றிலேயே மிகவும் வெற்றிகரமாக விளங்கிய அணி இதுதான். இந்த அணி லீக் போட்டிகளில் முப்பத்து இரண்டு முறை வெற்றி பெற்றுள்ளது. இந்த அணியினர் இருமுறை ஐரோப்பிய சாம்பியன்களாகவும் இருந்துள்ளனர். இந்த அணியினருக்கு உலகெங்கும் ரசிகர்கள் பட்டாளங்கள் உண்டு. இந்த அணியில் சிறப்பான பல ஆட்டக்காரர்கள் இடம்பெற்றிருந்தனர். ஸ்னிச் பிடிப்பதற்கு எளிதாக இருப்பதால் அதன் வேகத்தை அதிகரிக்க வேண்டும் என்று ஒருமுறை விண்ணப்பிக்கத் தேடுபவன் யூனிஸ் முர்ரேயும் (இறப்பு 1942), விண்ணப்பிக்கத் ஆட்டக்காரராகவும், 1957லிருந்து 1968வரை அணித்தலைவராகவும், பின்னர் டிபார்ட்மென்ட் ஆஃப் மேஜிக்கல் கேம்ஸ் அன்ட் ஸ்போர்ட்ஸின் வெற்றிகரமான தலைவராகவும் பணிபுரிந்த ஹேமிஷ் மெக்ஃபர்லானும் அவர்களில் குறிப்பிடத்தக்கவர்கள். அவர்களுடைய அங்கி கறுப்பு-வெள்ளை நிறத்தில் இருந்தது. அதன் மார்புப் பகுதியிலும் முதுகுப்புறத்திலும் 'மேக்பை' பறவையின் படம் இடம்பெற்றிருக்கும்.

பிரைடு ஆஃப் போர்ட்ரீ

*1292*ல் உருவாக்கப்பட்ட இந்த அணி, ஸ்காட்லாந்தைச் சேர்ந்த ஸ்கை தீவில் உள்ளது. இதன் அங்கி செவ்வூதா நிறத்தில் இருக்கும். அதன் மார்புப் பகுதியில் தங்க நிறத்தில் ஒரு நட்சத்திரத்தின் படம் பொறிக்கப்பட்டிருக்கும். அந்த அணியில் புகழ் பெற்றத் துரத்துபவளாக விளங்கிய கேட்ரியோனா மெக்கார்மக், ஸ்காட்லாந்திற்காக முப்பத்தாறு முறை விளையாடியிருக்கிறாள். **1960**களில் அவள் இந்த அணிக்கு இரண்டு முறை தலைமையேற்று லீக் போட்டிகளில் வெற்றியையும் பெற்றுக் கொடுத்துள்ளாள். அவளுடைய மகள் மீகன் தற்போது அந்த அணியில் தடுப்பவளாக இருக்கிறாள். (அவளுடைய மகன் கிர்லி, 'வியர்டு சிஸ்டர்ஸ்' என்ற பிரபலமான மந்திரவாத இசைக்குழுவில் முன்னணி கிதார் கலைஞனாக இருக்கிறான்.)

படுல்மியர் யுனைட்டெட்

லீக் குழுவிலேயே மிகப் பழைய அணி இதுதான். **1163**ல் துவக்கப்பட்ட அந்த அணி, லீக் போட்டிகளில் இருபத்திரண்டு முறை வென்றுள்ளதோடு, இரண்டு முறை ஐரோப்பிய சாம்பியன் பட்டத்தையும் பெற்றெடுத்தது. 'பிளட்ஜர்களைத் திருப்பி அடி, குவாஃபிலைத் தூக்கி அடி,' என்ற அந்த அணியின் குழுப்பாடலை செயிண்ட் முங்கோஸ் ஹாஸ்பிடல் ஃபார் மேஜிக்கல் மெலடீஸ் அன்ட் இன்ஜுரீஸுக்கு

நிதி சேர்ப்பதற்காக மந்திரவாத இசைமோகினி செலஸ்டீனா வார்பெக் சமீபத்தில் பாடி வெளியிட்டுள்ளாள். இந்த அணியின் வீரர்களின் அங்கி கருநீல நிறத்தில் இருக்கும். அதன் மார்புப் பகுதியில் தங்க நிறத்தில் ஒன்றுக்கொன்று குறுக்காக இருக்கும் இரு நாணல் கதிர்கள் இடம்பெற்றிருக்கும்.

டட்ஷில் டோர்னேடோஸ்

1520ல் துவக்கப்பட்ட இந்த அணியின் அங்கி வான்வெளியின் நீல நிறத்தில் இருக்கும். அதன் மார்புப் பகுதியிலும் முதுகிலும் இருண்ட நீல நிறத்தில் ஆங்கில 'டி' எழுத்து இருமுறை இடம்பெற்றிருக்கும். இருபதாம் நூற்றாண்டின் துவக்கத்தில் பெரும் வெற்றிகளைப் பெற்ற இந்த அணி, பிரபல தேடுபவன் ரோட்ரிக் பிளம்டன் தலைமையில் தொடர்ந்து ஐந்து முறை லீக் போட்டிகளை வென்று வரலாறு படைத்தது. ரோட்ரிக் இங்கிலாந்துக்காக இருபத்து இரண்டு முறை விளையாடியிருக்கிறான். பிரிட்டனில் தங்க ஸ்னிச்சை விரைவாகக் கைப்பற்றிய சாதனை அவனுடையதுதான் (1921ல் 'கேர்ஃபில்லி கேட்டாபுல்ட்ஸ்' அணிக்கு எதிராக நடைபெற்றப் போட்டியில் தங்க ஸ்னிச் மூன்றரை வினாடிகளில் கைப்பற்றப்பட்டது).

விக்டவுன் வான்டரர்ஸ்

வால்ட்டர் பார்க்கின் என்ற கசாப்புக்கார மந்திரவாதியின் ஏழு குழந்தைகளால் 1422ல் ஸ்காட்லாந்தில் இந்த அணி

துவக்கப்பட்டது. அந்த மந்திரவாதியின் நான்கு புதல்வர்கள் மற்றும் மூன்று புதல்விகளை உள்ளடக்கியிருந்த அந்த அணி சென்ற இடமெல்லாம் வெற்றி வாகை சூடியது. அந்த அணி விளையாடியபோதெல்லாம், எதிரணியினரை பயமுறுத்தும் நோக்கத்துடன் வால்டர் ஒரு கையில் மந்திரக்கோலும் இன்னொரு கையில் கசாப்புக் கத்தியுமாக மைதானத்தில் நின்று கொண்டிருந்தது அந்த அணியின் வெற்றிக்கு முக்கியக் காரணம் என்று கூறப்பட்டது. இதைத் துவக்கியவரை கௌரவிக்கும் வகையில், பல நூற்றாண்டுகளாக வால்ட்டரின் வம்சாவளியினரில் யாராவது ஒருவர் இந்த அணியில் தவறாது இடம்பெற்று வந்துள்ளனர். இந்த அணி வீரர்களின் அங்கி ரத்தச் சிவப்பு நிறத்தில் இருந்தது. அதன் மார்புக்குக் குறுக்காக வெள்ளி நிறத்தில் ஒரு கசாப்புக் கத்தி பளபளத்துக் கொண்டிருக்கும்.

விம்போர்ன் வாஸ்ப்ஸ்

இந்த அணியின் அங்கியில் பக்கவாட்டில் கறுப்பு மற்றும் மஞ்சள் நிறத்தில் பட்டைகள் போடப்பட்டிருக்கும். அதன் மார்பின் குறுக்காகக் கறுப்பு நிறத்தில் ஒரு குளவி இடம்பெற்றிருக்கும். 1312ல் துவக்கப்பட்ட இந்த அணி பதினெட்டு முறை லீக் போட்டிகளில் வெற்றி பெற்றிருக்கிறது. ஐரோப்பியக் கோப்பைப் போட்டியில் இரண்டு முறை இறுதிச் சுற்றுவரை வந்துள்ளது. பதினேழாம் நூற்றாண்டில் ஆப்பிள்பை ஆரோஸ் அணிக்கு எதிராக நடைபெற்ற ஒரு போட்டியில் நிகழ்ந்த அசம்பாவிதச் சம்பவத்திலிருந்து அவர்கள் தங்கள் அணிக்கான பெயரைத் தேர்ந்தெடுத்தனர்

QUIDDITCH TEAMS OF

APPLEBY ARROWS
Founded 1612

BALLYCASTLE BATS

FALMOUTH FALCONS
Let us win,
but if we cannot win,
let us break a few heads

HOLYHEAD HARPIES
Founded 1203

KENMARE KESTRELS
KK
FOUNDED 1291

TUTSHILL TORNADOS
TT
1520

WIGTOWN WANDERERS
1422

WIMBOURNE WASPS
1312

BRITAIN AND IRELAND

BRITISH AND IRISH QUIDDITCH LEAGUE

SINCE 1674

என்று கூறப்படுகிறது. அந்த விளையாட்டின்போது, மைதானத்தின் எல்லையிலிருந்த ஒரு மரத்தில் கட்டப்பட்டிருந்த குளவிக்கூடு ஒன்றை கவனித்த எதிரணி விளையாட்டு வீரன், அதைத் தன் மட்டையால் ஆப்பிள்பை ஆரோஸ் அணியின் தேடுபவனை நோக்கி அடித்தான். அக்குளவிகளால் படுமோசமாகக் கொட்டப்பட்ட அந்த வீரன் விளையாட்டிலிருந்து விலகிக் கொள்ள நேர்ந்தது. அந்த விளையாட்டில் வாஸ்ப்ஸ் அணி வெற்றி பெற்றது. அதனால் அந்தக் குளவியையே தங்களுடைய அதிர்ஷ்டச் சின்னமாக அந்த அணியினர் ஆக்கிக் கொண்டனர். எதிரணியினர் பெனால்டி கோல் போட வந்தபோதெல்லாம் அவர்களுடைய கவனத்தைத் திசை திருப்புவதற்காக, வாஸ்ப்ஸ் அணியின் தீவிர ரசிகர்கள் ஒருமித்தக் குரலில் 'விஷ்' என்று பலமாகச் சத்தம் எழுப்புவதை வழக்கமாகக் கொண்டிருந்தனர் (அவர்களுக்குக் 'கொட்டுபவர்கள்' என்ற பட்டப் பெயர் உண்டு).

8

உலகெங்கும் குவிடிச் விளையாட்டு பரவுதல்

ஐரோப்பா

பதினான்காம் நூற்றாண்டு வாக்கில் அயர்லாந்தில் குவிடிச் விளையாட்டு நன்றாகவே பிரபலமடைந்திருந்தது. 1385ல் நடைபெற்ற ஒரு போட்டியைப் பற்றி ஐக்காரியஸ் மம்ப்ஸ் எழுதியுள்ளது அதை நிரூபிப்பதாக உள்ளது:

> **இங்கிலாந்திலுள்ள லேன்காஷயர் நகரில் நடைபெற்றக் குவிடிச் விளையாட்டுப் போட்டிக்கு அயர்லாந்திலுள்ள கார்க் என்ற இடத்திலிருந்து வந்திருந்த வீரர்கள், அந்தப் போட்டியில் இங்கிலாந்து வீரர்களைத் துவைத்தெடுத்ததன் மூலம் உள்ளூர் மக்களின் கோபத்திற்கு ஆளானார்கள். லேன்காஷயர் அதுவரை பார்த்திராத விதத்தில் அயர்லாந்து வீரர்கள் குவாஃபிலை லாவகமாகக் கையாண்டனர். உள்ளூர் மக்கள் தங்கள் மந்திரக்கோல்களை எடுத்துக் கொண்டு அவர்களைத் துரத்தத் தொடங்கியதும் அவர்கள் தங்கள் உயிருக்கு அஞ்சி அங்கிருந்து சிட்டாகப் பறந்தனர்.**

பதினைந்தாம் நூற்றாண்டு வாக்கில் குவிடிச் விளையாட்டு ஐரோப்பாவின் பிற பகுதிகளுக்கும் பரவியிருந்ததற்குப் பல ஆதாரங்கள் இருக்கின்றன. இவ்விளையாட்டுக்குள் முதலில் குதித்த ஐரோப்பிய நாடு நார்வேதான் (ஒருவேளை,

குட்வின் நீனின் ஒன்றுவிட்டச் சகோதரன் ஓலாஃப் அதை நார்வேக்கு அறிமுகப்படுத்தியிருக்கக்கூடுமோ?) என்பதை 1400களின் துவக்கத்தில் நார்வே நாட்டுக் கவிஞர் 'இன்கோல்ஃப் த இயாம்பிக்' எழுதியுள்ள இந்தக் கவிதை நமக்கு உணர்த்துகிறது:

ஓ! துரத்தும் ஜோரில் வானில் ஒய்யாரமாய் நான்
காதோரம் காற்று படபடக்க,
கண்முன்னே ஸ்னிச் பறபறக்க
ஆ! இதோ அருகே நெருங்கிவிட்டேன்
கூட்டமும் ஆர்ப்பரித்தது ஆரவாரமாக
அந்தோ! எங்கிருந்தோ வந்தது ஓர் எம ப்ளட்ஜர்
இப்போது மைதானத்தை நோக்கித்
தலைகுப்புற நான்!

அதே காலகட்டத்தில் பிரெஞ்சு மந்திரவாதி மலேக்ரிட் தன்னுடைய **ஹேலா, ஜே மெ சுயி டிரான்ஸ்ஃபிகுரே லெ பியெத்** ('ஐயோ! நான் என்னுடைய கால்களை உருமாற்றிவிட்டேன்!') என்ற நாடகத்தில் இந்த வரிகளை எழுதியுள்ளார்:

கிரனோயில்: *கிரப்பாட், என்னால் இன்று உன்னுடன் சந்தைக்கு வர முடியாது.*

கிரப்பாட்: *மாட்டைத் தனியாக எப்படி என்னால் ஓட்டிச் செல்ல முடியும்?*

கிரனோயில்: *இன்று காலையில் நான் குவிடிச் விளையாட்டில் கோல் கீப்பராக விளையாடவிருக்கிறேன் என்பது உனக்குத்தான் ஏற்கனவே தெரியுமே. நான் போகாவிட்டால் குவாஃபிலை யார் தடுப்பார்கள்?*

1473ல்தான் முதன்முதலாகக் குவிடிச் உலகக் கோப்பைப் போட்டி நடைபெற்றது. ஆனால் அதில் ஐரோப்பிய நாடுகள் மட்டுமே பங்கு பெற்றன. தூர தேசங்களிலிருந்த அணிகள் அதில் பங்கு பெறாமல் இருந்ததற்கு, அழைப்பிதழ்களைக் கொண்டு சென்ற ஆந்தைகள் மடிந்துவிட்டதோ, அல்லது அழைக்கப்பட்டிருந்தவர்கள் ஒரு நீண்ட, ஆபத்தான பயணத்தை மேற்கொள்ளத் தயங்கியதோ, அல்லது தங்கள் சொந்த நாட்டில் விளையாடினால் போதும் என்ற அவர்களின் மனப்பான்மையோ காரணமாக இருந்திருக்கலாம்.

டிரான்சில்வேனியா அணிக்கும் ஃபிளான்டர்ஸ் அணிக்கும் இடையே நடைபெற்ற இறுதிப் போட்டி, குவிடிச் வரலாற்றிலேயே அதிகபட்ச வன்முறையுடன் நடைபெற்ற ஒரு போட்டியாகக் கருதப்படுகிறது. அந்தப் போட்டியில் நிகழ்ந்த ஃபவுல்கள்போல வன்முறையான ஃபௌல்கள் அதற்கு முன்பு ஒருபோதும் நிகழ்ந்திருக்கவில்லை. ஒரு துரத்துபவன் ஒருவிதமான மரநாயாக உருவமாற்றம் அடைந்தது, ஒரு பட்டாக்கத்தியைக் கொண்டு தடுப்பவனின் தலையைச் சீவ முயன்றது, ரத்தத்தைக் குடிக்கும் நூற்றுக்கணக்கான பேய் வௌவால்களை டிரான்சில்வேனியா அணித் தலைவன் தன் அங்கிக்குள் இருந்து அவிழ்த்துவிட்டது போன்றவற்றை அதற்கு எடுத்துக்காட்டுகளாகக் குறிப்பிடலாம்.

அதற்குப் பிறகு குவிடிச் உலகக் கோப்பை நான்கு வருடங்களுக்கு ஒரு முறை தொடர்ந்து நடைபெற்று வந்தபோதிலும், பதினேழாவது நூற்றாண்டுவரை அப்போட்டியில் ஐரோப்பிய நாடுகளைச் சேராத அணிகள் பங்கு பெறவில்லை. 1652ல் ஐரோப்பியக் கோப்பை உருவாக்கப்பட்டது. அது மூன்று ஆண்டுகளுக்கு ஒருமுறை நடத்தப்பட்டு வருகிறது.

1473 QUIDDITCH

WORLD CUP FINAL

பல அற்புதமான அணிகள் அதில் இடம்பெற்றன. அவற்றில் மிகவும் பிரபலமானது பல்கேரிய நாட்டைச் சேர்ந்த **விரஸ்டா வல்ச்சர்ஸ்** அணிதான். ஏழு முறை ஐரோப்பிய சாம்பியன் பட்டத்தை வென்றுள்ள அந்த அணியின் விளையாட்டைப் பார்க்கக் கண்கோடி வேண்டும். வெகு தூரத்திலிருந்து கோல் போடும் திறமை பெற்றவர்கள் அவர்கள். அதோடு, புதிய ஆட்டக்காரர்கள் தங்களுடைய முத்திரைகளைப் பதிக்க வாய்ப்புக் கொடுக்கவும் அவர்கள் தயங்க மாட்டார்கள்.

பிரான்ஸின் லீக் போட்டிகளில் அடிக்கடி வெற்றி வாகை சூடும் **குவிபெரான் குவா:ஃபில்பஞ்சர்ஸ்** அணி, தங்களுடைய

அபார ஆட்டத்திற்கு மட்டுமல்லாமல், கொடூரமான ரோஸ் நிற அங்கிக்கும் பெயர் போனவர்கள். ஜெர்மனியின் பிரபல அணியான **ஹைடல்பர்க் ஹேரியர்ஸ்** அணியைப் பற்றி அயர்லாந்து அணித் தலைவனான டேரன் ஓ' ஹேர் ஒரு முறை இப்படிக் குறிப்பிட்டான்: "அவர்கள் டிராகனைவிட பயங்கரமானவர்கள், அதே சமயம், அதைவிட இருமடங்கு சாமர்த்தியசாலிகள்." குவிடிச் விளையாட்டில் எப்போதும் வலுவாகத் திகழ்ந்து வந்த லக்ஸம்பர்க் நாட்டின் **பைகான்வில் பாம்பர்ஸ்** அணி, முண்டித்தள்ளும் ஆட்டத்திற்கும் அதிகமான கோல்களைப் போடுவதற்கும் பெயர் போனது. போர்ச்சுக்கீஸ் நாட்டைச் சேர்ந்த **பிராகா புரூம்ஃபிளீட்** அணி, அடிப்பவர்களைக் குறிவைத்துக் தாக்கும் புதிய உத்தி மூலம் முன்னணி அணியாகத் தற்போது உருவெடுத்துள்ளது. போலந்து நாட்டைச் சேர்ந்த **குரோட்ஜிஸ்க் காப்ளின்ஸ்** அணி, உலகிலேயே புதுமையான தேடுபவனை அறிமுகப்படுத்தியுள்ளது. அவன் பெயர் ஜோசப் விரோன்ஸ்கி.

ஆஸ்திரேலியா மற்றும் நியூசிலாந்து

பதினேழாம் நூற்றாண்டு வாக்கில் குவிடிச் நியூசிலாந்தில் அறிமுகப்படுத்தப்பட்டது. மாயாஜாலத் தாவரங்கள் மற்றும் பூஞ்சைகள் குறித்து ஆராய்வதற்காக நியூசிலாந்துக்குச் சென்ற ஐரோப்பிய மூலிகையாளர்கள்

குழு அதைச் செய்திருக்கலாம் என்று கருதப்படுகிறது. நாள் முழுவதும் மூலிகைகளைச் சேகரித்து அலுத்துப் போன மந்திரவாதிகளும் மந்திரவாதினிகளும், தங்களுக்குப் புத்துணர்ச்சியூட்டிக் கொள்வதற்காக, உள்ளூர் மந்திரவாதச் சமூகத்தினர் ஆச்சரியத்துடன் பார்த்துக் கொண்டிருக்க, குவிடிச் விளையாட்டில் ஈடுபட்டிருக்கலாம் என்று கூறப்படுகிறது. வெள்ளை இன மந்திரவாதிகள் குவிடிச் விளையாடிக் கொண்டிருப்பதைத் தெளிவாகச் சித்தரிக்கும் மாவோரி இன மக்களின் ஓவியங்களையும் சிற்பங்களையும் மகுள்கள் கைப்பற்றிவிடாமல் இருக்க நியூசிலாந்து மினிஸ்ட்ரி ஆஃப் மேஜிக் ஏராளமான பணத்தையும் நேரத்தையும் வாரி இறைத்துள்ளது (அந்த ஓவியங்களும் சிற்பங்களும் இப்போது வெல்லிங்டனிலுள்ள மினிஸ்ட்ரி ஆஃப் மேஜிக்கில் பார்வைக்காக வைக்கப்பட்டுள்ளன).

குவிடிச் ஆஸ்திரேலியாவுக்குள் பதினெட்டாம் நூற்றாண்டு வாக்கில் நுழைந்திருக்கலாம் என்று நம்பப்படுகிறது. குவிடிச் விளையாட ஆஸ்திரேலியா மிகவும் வசதியான இடமாகக் கருதப்படுகிறது. ஏனெனில், மக்கள் வசிக்காத பல இடங்கள் ஆஸ்திரேலியாவின் உட்பகுதியில் இருக்கின்றன. அங்கு குவிடிச் மைதானங்களை அமைப்பது எளிது.

ஆஸ்திரேலியா மற்றும் நியூசிலாந்தைச் சேர்ந்த அணிகளின் வேகமும் கூட்டத்தினரை மகிழ்விப்பதற்கான அவர்களுடைய திறமையும் ஐரோப்பிய ரசிகர்களுக்கு உத்வேகமூட்ட ஒருபோதும் தவறியதில்லை. அவற்றில் குறிப்பிடத்தக்க அணி **மோட்டோஹோரா மெக்காஸ்** (நியூசிலாந்து). சிவப்பு, மஞ்சள் மற்றும் நீல நிறத்தில் இருக்கும் அந்த அணியின் அங்கியும் 'ஸ்பார்க்கி' எனும் அவர்களுடைய பீனிக்ஸ் பறவைச் சின்னமும்

மிகவும் பிரபலமானவை. **தன்டலாரா தன்டரர்ஸ்** அணியும் **வாலன்காங் வாரியர்ஸ்** அணியும் கிட்டத்தட்ட ஒரு நூற்றாண்டுக்கும் மேலாக ஆஸ்திரேலிய லீக் போட்டிகளில் பெரும் ஆதிக்கம் செலுத்தி வந்துள்ளன. அந்த இரண்டு அணிகளுக்கும் இடையே நிலவிய பகைமை குறித்து ஆஸ்திரேலிய மந்திரவாதச் சமூகம் நன்றாகவே அறியும். அதனால் இந்த இரண்டில் ஏதாவது ஓர் அணி தங்களைப் பற்றி பெருமையாகப் பேசிக் கொண்டாலோ அல்லது தங்களுடைய சாதனைகளைப் பற்றி நீட்டி முழக்கினாலோ, சாதாரண மக்கள்கூட, "அப்படியா, அந்த இரண்டு அணிகளுக்கும் இடையே நடக்கும் அடுத்தப் போட்டிக்கு என்னை நடுவராகப் போட்டுப் பாருங்கள், இவர்களின் வண்டவாளம் அப்போது வெளிச்சத்திற்கு வரும்!" என்று எள்ளி நகையாடுவர்.

ஆப்பிரிக்கா

ரசவாதம் மற்றும் வானியல் குறித்தத் தகவல்களைச் சேகரிப்பதற்காக ஆப்பிரிக்கக் கண்டத்துக்குச் சென்ற மந்திரவாதிகள்தான் அங்கு மந்திரத் துடப்பத்தை அறிமுகம் செய்திருக்க வேண்டும் என்று நம்பப்படுகிறது. இந்த இரண்டு துறைகளிலும் ஆப்பிரிக்க மந்திரவாதிகள் எப்போதுமே கைதேர்ந்தவர்களாக விளங்கி வந்தனர். ஐரோப்பாவில் பரவலாக விளையாடப்பட்ட அளவுக்கு ஆப்பிரிக்காவில் குவிடிச் அவ்வளவாக விளையாடப்படவில்லை என்றாலும், தற்போது அவ்விளையாட்டு அக்கண்டம் முழுவதும் மிக வேகமாகப் பரவி வருகிறது.

குவிடிச் விளையாட்டில் தீவிரமாக இருக்கும் நாடாக உகாண்டா உருவாகி வருகிறது. அந்த நாட்டிலிருக்கும் பிரபலமான அணியான **பட்டோங்கா புரௌட்ஸ்டிக்ஸ்** 1986ல் ஒரு போட்டியில், மான்ட்ரோஸ் மேக்பைஸ் அணியைச் சமன் செய்து குவிடிச் உலகையே வியப்பில் ஆழ்த்தியது. சமீபத்தில் நடந்த உலகக் கோப்பைப் போட்டியில் அந்த அணியைச் சேர்ந்த ஆறு வீரர்கள் உகாண்டாவின் தேசிய அணியில் இடம்பெற்றிருந்தனர். ஒரு தேசிய அணியில் இவ்வளவு அதிக எண்ணிக்கையிலான வீரர்கள் வேறு எந்தவொரு குறிப்பிட்டக் குழுவிலிருந்தும் அதுவரை இடம்பெற்றிருக்கவில்லை. 'ரிவர்ஸ் பாஸ்' உத்திக்குப் பெயர்போன டோகோ நாட்டு **சம்பா சார்மர்ஸ்** அணி, ஒட்டுமொத்த ஆப்பிரிக்கக் கோப்பையை இரண்டு முறை வென்ற எத்தியோப்பிய **ஜிம்பி ஜயன்ட் ஸ்லேயர்ஸ்** அணி, தாக்குதல் அணிவகுப்பில் உலகெங்குமுள்ள ரசிகர்களின் ஏகோபித்த ஆதரவைப் பெற்றுள்ள தான்சேனிய **சும்பாவாங்கா சன்ரேஸ்** அணி ஆகியவை பிற குறிப்பிடத்தக்க ஆப்பிரிக்க அணிகளாகும்.

வட அமெரிக்கா

குவிடிச் வட அமெரிக்கக் கண்டத்தைப் பதினேழாம் நூற்றாண்டின் துவக்கத்தில் வந்தடைந்தது. ஆனால் அது மெதுவாகத்தான் அங்கு பரவியது. துரதிர்ஷ்டவசமாக, அதே காலகட்டத்தில்தான் மந்திரவாதிகளுக்கு எதிரான தீவிரமான உணர்வுகளும் ஐரோப்பாவிலிருந்து

அங்கு இறக்குமதியாயின. இப்புதிய கண்டத்தில் மந்திரவாதிகளுக்கு எதிரான போக்குகள் குறைவாக இருக்கும் என்ற எண்ணத்துடன் இங்கு குடிபெயர்ந்திருந்த மந்திரவாதிகள், துவக்கத்தில் குவிடிச் விளையாட்டின் வளர்ச்சியை வெகுவாகக் கட்டுப்படுத்தி வந்தனர்.

உலகிலேயே சிறந்த மூன்று குவிடிச் அணிகளைப் பின்னர் கனடா உருவாக்கியது. **மூஸ் ஜா மீட்டியோரைட்ஸ், ஹெய்லிபரி ஹேமர்ஸ், ஸ்டோன்வால் ஸ்டார்மர்ஸ்** ஆகியவையே அந்த மூன்று அணிகள். மீட்டியோரைட்ஸ் அணியினர் வெற்றி பெற்றபோதெல்லாம், போட்டி முடிந்தவுடன் அந்த இடத்தைச் சுற்றி இருந்த நகரங்கள் மற்றும் கிராமங்களின் மேலாகத் தங்கள் மந்திரத் துடப்பங்களின் நுனியில் மத்தாப்புப் பொறிகள் பறக்க வெற்றி உலா வருவதை வழக்கமாகக் கொண்டிருந்தனர். அதை அவர்கள் நிறுத்தாவிட்டால் அவர்களைத் தடை செய்யப் போவதாக 1970களில் அவர்கள் மிரட்டப்பட்டனர். அதனால் அவர்கள் இப்போது அதை மைதானத்திற்குள் மட்டுமே செய்து வருகின்றனர். அதன் காரணமாக, மீட்டியோரைட்ஸ் அணியின் விளையாட்டுகள் சுற்றுலாவுக்குச் செல்லும் மந்திரவாதிகளை வெகுவாகக் கவர்ந்துள்ளன.

பிற நாடுகள் குவிடிச் அணிகளை உருவாக்கியிருந்த அளவுக்கு அமெரிக்கா உருவாக்கியிருக்கவில்லை. ஏனெனில், அமெரிக்காவின் மந்திரத் துடப்ப விளையாட்டான குவாட்பாட்டுடன் குவிடிச் பெரிதும் போட்டியிட வேண்டியிருந்தது. ஓரளவு குவிடிச்போலவே இருக்கும் குவாட்பாட் விளையாட்டைப் பதினெட்டாம் நூற்றாண்டு மந்திரவாதி ஏபிரஹாம் பீஸ்குட் கண்டுபிடித்தார். அவர் அமெரிக்காவில் குடிபுக வந்தபோது தன்னுடன் ஒரு

குவாஃபில் பந்தையும் கொண்டு வந்தார். வந்தவுடன் ஒரு குவிடிச் அணியைத் தோற்றுவிக்க வேண்டும் என்று அவர் நினைத்திருந்தார். அவர் குவாட்பாட்டை உருவாக்கிய கதை இப்படிப் போகிறது. அவர் தன் பயணப் பெட்டியில் வைத்திருந்த குவாஃபில் அவருடைய மந்திரக்கோலின் முனையோடு ஒட்டிக் கொண்டது. அவர் அமெரிக்காவுக்கு வந்து சேர்ந்த பிறகு ஒரு நாள் குவாஃபிலை எடுத்து எறிய முனைந்திருக்கிறார். ஆனால் அது அவருடைய முகத்திலேயே வெடித்துவிட்டது. அவருக்கு நகைச்சுவை உணர்வு அதிகமாக இருந்தது. அதனால் அவர் அதே விளைவை வேறு சில தோல் பந்துகளில் ஏற்படுத்த முயன்று வெற்றி பெற்றார். விரைவில் குவிடிச் எல்லோருக்கும் மறந்து போயிற்று. வெடிக்கும் தன்மை கொண்ட இப்பந்தைக் கொண்டு அவரும் அவருடைய நண்பர்களும் ஒரு விளையாட்டை உருவாக்கினர். அந்தப் பந்துக்குக் 'குவாட்' என்று அவர்கள் பெயரிட்டனர்.

குவாட்பாட் விளையாட்டில் ஓர் அணிக்குப் பதினோரு வீரர்கள் இருந்தனர். அந்த வீரர்கள் தங்களிடமிருக்கும் குவாட் பந்தை ஒருவரிடம் ஒருவர் எறிந்து கொண்டே சென்று மைதானத்தின் முனையிலிருக்கும் ஒரு பானையில் போட வேண்டும். அந்தப் பந்து வெடிப்பதற்குள் அவர்கள் அதைச் செய்தாக வேண்டும். குவாட் பந்து வெடிக்கும்போது அதை யாராவது தங்கள் கைகளில் வைத்திருந்தால், அந்த வீரர் ஆட்டத்தைவிட்டு வெளியேறிவிட வேண்டும். குவாட் பந்து மறுமுனையிலிருக்கும் பானைக்குள் பாதுகாப்பாகப் போடப்பட்டுவிட்டால், அதைப் போட்ட அணிக்கு ஒரு புள்ளி வழங்கப்படும் (குவாட் வெடிக்காமல் இருப்பதை உறுதி செய்யும் ஒரு திரவம் அந்தப் பானையில் இருக்கும்). பிறகு வேறொரு புதிய குவாட்

எடுத்துக் கொள்ளப்படும். குவாட்பாட் விளையாட்டை ஐரோப்பாவில் ஒருசிலர் மட்டுமே விளையாடுகின்றனர். பெருவாரியான மந்திரவாதிகள் குவிட்ச் விளையாட்டையே விளையாடுகின்றனர்.

குவாட்பாட் விளையாட்டுக்கு ஒரு வசீகரம் இருக்கும்போதிலும், அமெரிக்காவில் குவிடிச் விளையாட்டு மிகவும் பிரபலமடைந்து வருகிறது. சமீபத்தில் இரு அணிகள் சர்வதேசத் தரத்தை எட்டிப் பிடித்துள்ளன. டெக்சாஸிலுள்ள **ஸ்வீட்வாட்டர் ஆல்ஸ்டார்ஸ்** அணியும், மசாசூசெட்ஸைச் சேர்ந்த **ஃபிட்ச்பர்க் ஃபிஞ்சஸ்** அணியும்தான் அவை. ஆல்-ஸ்டார்ஸ் அணி 1993ல் ஐந்து நாட்கள் அயராது விளையாடி 'குவிபெரான் குவாஃபில்-பஞ்சர்ஸ்' அணியைத் தோற்கடித்தது. ஃபிஞ்சஸ் அணி ஏழு முறை அமெரிக்க லீக் போட்டிகளில் வென்றுள்ளது. அதன் தேடுபவன் மூன்றாம் மேக்ஸிமஸ் பிராங்கோவிச், கடந்த இரண்டு உலகக் கோப்பைப் போட்டிகளில் அமெரிக்கக் குவிடிச் அணியின் தலைவனாக விளையாடியுள்ளான்.

தென் அமெரிக்கா

தென் அமெரிக்கா முழுவதும் குவிடிச் விளையாடப்பட்டு வந்தாலும், வட அமெரிக்காவில் இருந்ததைப்போலவே இங்கும் அது குவாட்பாட் விளையாட்டோடு போட்டியிட வேண்டியுள்ளது. கடந்த நூற்றாண்டில் அர்ஜென்டீனாவும் பிரேசிலும் உலகக் கோப்பையின் காலிறுதிப் போட்டிவரை வந்தன. தென் அமெரிக்காவிலேயே

மிகச் சிறந்த குவிடிச் அணி பெரூ நாட்டு அணிதான் என்பதில் எந்தவித சந்தேகமும் இருக்க முடியாது. அடுத்தப் பத்து வருடங்களுக்குள் லத்தீன் அமெரிக்க நாடு ஒன்று உலகக் கோப்பையை வெல்வதற்குப் பெரூ காரணமாகும் என்று பரவலாகப் பேசப்படுகிறது. ‘பெரூவிய விஷப்பல்லன்’ எனும் விலங்கைக் கண்காணிப்பதற்காக அனுப்பப்பட்ட சர்வதேசக் குழுவில் இடம்பெற்றிருந்த ஐரோப்பிய மந்திரவாதிகளிடம் இருந்துதான் பெரூ நாட்டு மந்திரவாதிகள் குவிடிச் விளையாட்டைக் கற்றுக் கொண்டனர் என்று சொல்லப்படுகிறது. அன்றிலிருந்து அங்குள்ள மந்திரவாதச் சமூகம் குவிடிச் விளையாட்டின்மீது வெறி கொண்டு அலைகிறது. பெரூ நாட்டின் பிரபலமான குவிடிச் அணியான **தாராபோட்டோ ட்ரீஸ்கிம்மர்ஸ்** சமீபத்தில் ஐரோப்பாவில் வெற்றிகரமாக ஒரு சுற்றுப்பயணத்தை மேற்கொண்டது.

ஆசியா

கிழக்கத்திய நாடுகளில் குவிடிச் ஒருபோதும் பெரிய அளவில் பிரபலமாகவில்லை. அங்குள்ள மக்கள் பறப்பதற்கு மந்திரக் கம்பளங்களைப் பயன்படுத்துவதை விரும்புவதால், அந்த நாடுகளில் மந்திரத் துடைப்பம் அரிதாகவே காணப்படுகிறது. இந்தியா, பாகிஸ்தான், வங்கதேசம், ஈரான், மங்கோலியா போன்ற நாடுகளில் மந்திரக் கம்பளங்களின் வணிகம் அமோகமாக நடந்து வருகிறது. எனவே, அந்நாடுகளிலுள்ள மினிஸ்ட்ரீஸ் ஆஃப் மேஜிக்

குவிடிச்சை சந்தேகக் கண்களுடன் பார்க்கின்றன. ஆனாலும் குவிடிச் விளையாட்டை விரும்பும் மந்திரவாதிகளும் மந்திரவாதினிகளும் அங்கு மிகக் குறைந்த எண்ணிக்கையில் இருக்கத்தான் செய்கின்றனர்.

இதற்கு ஒரே விதிவிலக்கு ஜப்பான். அங்கு கடந்த நூற்றாண்டிலிருந்து குவிடிச் தொடர்ந்து பிரபலமடைந்து வருகிறது. ஜப்பானின் பிரபல குவிடிச் அணியான **டோயோஹாஷி டெங்கு, 1994**ல் லித்துவேனியா நாட்டு அணியான 'கோரோடோக் கார்கோயில்ஸ்' அணியை வெல்வதை மயிரிழையில் தவறவிட்டது. தோல்வி ஏற்பட்டால் தங்களுடைய மந்திரத் துடப்பங்களைக்

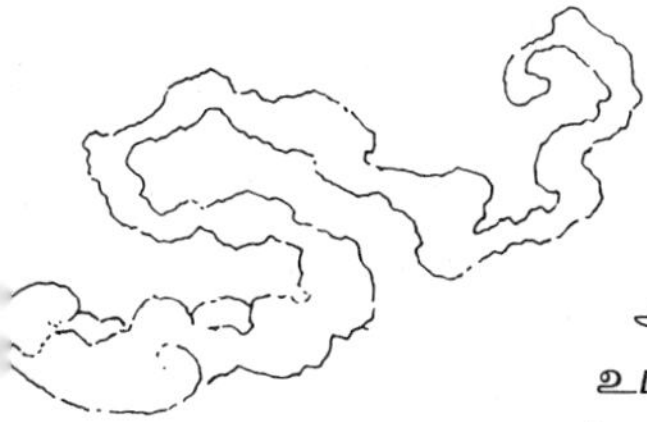

கோலாகலத்துடன் எரிக்கும் அவர்களுடைய பழக்கத்தில், இன்டர்நேஷனல் கான்ஃபெடரேஷன் ஆஃப் விஸர்ட்ஸ் குவிட்டிச் கமிட்டிக்கு உடன்பாடு கிடையாது. ஏனெனில், நல்ல மரக்கட்டைகளை எரிப்பது வீணானது என்று அக்கூட்டமைப்பு கருதுகிறது.

9

பந்தயத் துடப்பங்களின் உருவாக்கமும் வளர்ச்சியும்

பத்தொன்பதாம் நூற்றாண்டின் ஆரம்ப வருடங்கள்வரை குவிடிச் விளையாட்டிற்குப் பல வகையான துடப்பங்கள் பயன்படுத்தப்பட்டன. மத்தியகாலத் துடப்பங்களோடு ஒப்பிட்டால் இவை பெருமளவு மேம்பட்டவையாக இருந்தன. 1820ல் எலியட் ஸ்மெத்வைக் என்பவர் 'குஷனிங் சார்ம்' ஒன்றைக் கண்டுபிடித்தப் பிறகு, மந்திரத் துடப்பங்கள் முன்பு எப்போதும் இருந்ததைக் காட்டிலும் அதிக சௌகரியமாக ஆயின (அடுத்தப் பக்கத்திலுள்ள 6வது படத்தைப் பார்க்கவும்). ஆனாலும் பத்தொன்பதாம் நூற்றாண்டுத் துடப்பங்களால் அதிகமான வேகத்தை அடைய முடியவில்லை. அதோடு, மிக உயரத்தில் பறக்கும்போது அவற்றைக் கட்டுப்படுத்துவதும் கடினமாக இருந்தது. பொதுவாக மந்திரத் துடப்பங்களைத் தனிப்பட்டவர்கள் தங்கள் கைகளால் செய்து வந்தனர். தோற்றத்தில் அவை நேர்த்தியாகவும் அழகாகவும் இருந்தாலும், அவற்றின் செயற்திறன் சொல்லிக் கொள்ளும்படியாக இருக்கவில்லை.

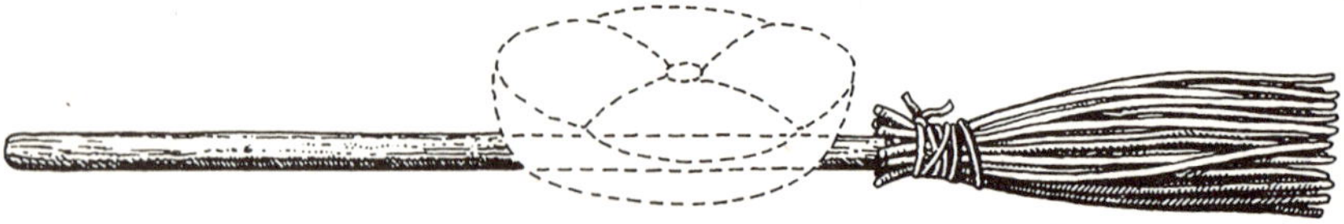

குஷனிங் சார்மின் விளைவு
(இது பார்வைக்குப் புலப்படாது)

படம் 6

இதற்கு ஒரு சிறந்த எடுத்துக்காட்டு **ஓக்ஷாஃப்ட்** 79 மந்திரத் துடப்பம் (இதில் 79 என்ற எண் இந்தத் துடப்பம் 1879ல் முதன்முதலாகத் தயாரிக்கப்பட்டதைக் குறிக்கிறது). போர்ட்ஸ்மவுத் பகுதியைச் சேர்ந்த மந்திரவாதி எலியஸ் கிரிம்ஸ்டோன் இதை வடிவமைத்தார். மந்திரத் துடப்பத் தயாரிப்பாளர் அவர். 'ஓக்ஷாஃப்ட் 79' ஓர் அழகான மந்திரத் துடப்பம். இதன் கைப்பிடி ஓக் மரத்தால் ஆனது. வேகமான காற்றுக்குத் தாக்குப் பிடிக்கும் விதத்திலும், நீண்டதூரப் பயணத்திற்கு ஏற்றதாகவும் இது உருவாக்கப்பட்டது. இன்று இது விலை மிகவும் அதிகமுள்ள புராதன மந்திரத் துடப்பமாக உள்ளது. ஆனால் இதை வைத்துக் கொண்டு குவிடிச் விளையாட மேற்கொள்ளப்பட்ட முயற்சிகள் எதுவுமே வெற்றி பெறவில்லை. வேகமாகச் சென்று கொண்டிருக்கும்போது இதைத் திருப்புவது கடினம் என்பதால் பாதுகாப்பிற்கு முக்கியத்துவம் கொடுக்காமல் வேகமாக வளைந்து நெளிந்து செல்ல விரும்புபவர்களிடம் இது ஒருபோதும் பிரபலமாகவில்லை. ஆனால் அட்லான்டிக் கடலைக்

கடந்த முதல் மந்திரத் துடப்பம் என்ற பெயர் இதனோடு எப்போதும் ஒட்டிக் கொண்டுள்ளது. 1935ல் ஜோக்குன்டா ஸைக்ஸ் இந்தச் சாதனையைப் புரிந்தார். (அதற்கு முன்பு மந்திரவாதிகள் இதுபோன்ற நீண்ட தூரங்களைக் கடப்பதற்கு மந்திரத் துடப்பத்தை நம்பாமல் கப்பல்களில் பயணிப்பதைத் தேர்ந்தெடுத்தனர். 'அப்பாரிஷன்' எனப்படும் மந்திரஜாலத் தொலைப்பெயர்ச்சியை நெடுந்தொலைவுகளுக்குப் பயன்படுத்துவது நம்பத்தகாத ஒன்றாக இருந்தது. கண்டம்விட்டுக் கண்டம் தாவுவதற்கு இம்முறையைப் பயன்படுத்துவதற்கு மிக அதிகத் திறமை வாய்ந்த மந்திரவாதிகள் மட்டுமே முயற்சிப்பர்.)

1901ல் கிளாடிஸ் பூத்பை உருவாக்கிய **மூன்டிரிம்மர்** என்ற மந்திரத் துடப்பம் மிகவும் மேம்பட்ட ஒன்று. ஒல்லியான கைப்பிடியுடன்கூடிய இந்தத் துடப்பத்திற்குக் குவிடிச் விளையாட்டில் பெரும் கிராக்கி இருந்தது. மற்றத் துடப்பங்களோடு ஒப்பிடுகையில் இது அதிக உயரம் சென்றது (அந்த உயரத்தில் அதைக் கட்டுப்படுத்தவும் முடிந்தது). ஆனால் குவிடிச் வீரர்களுக்குத் தேவைப்பட்ட எண்ணிக்கையில் இத்துடப்பங்களைத் தயாரிக்க கிளாடிஸால் முடியவில்லை. அதனால் அதற்கு அடுத்து வந்த **சில்வர் ஆரோ** மிகப் பெரிய வரவேற்பைப் பெற்றது. இப்போது நடைமுறையில் இருக்கும் பந்தயத் துடப்பங்களுக்கு இதுதான் முன்னோடி. ஒக்ஷாஃப்ட் அல்லது மூன்டிரிம்மர் மந்திரத் துடப்பங்களைவிட இது அதிக வேகமாகச் செல்லக்கூடியது (பின்னால் இருந்து காற்று அடிக்கும் பட்சத்தில் மணிக்கு எழுபது மைல் வேகத்தை இதனால் எட்ட முடியும்). மற்ற இரண்டையும்போல இதுவும் ஒரு தனிப்பட்ட மந்திரவாதியால் (லியோனார்டு

ஜூக்ஸ்) தயாரிக்கப்பட்டதால், தேவைப்பட்ட அளவுக்கு அவராலும் அதிக எண்ணிக்கையில் இத்துடப்பத்தைத் தயாரிக்க முடியவில்லை.

பாப் ஓலர்டன், பில் ஓலர்டன், பார்னபி ஓலர்டன் ஆகிய மூன்று சகோதரர்கள் 1926ல் 'கிளீன்ஸ்வீப் துடப்ப நிறுவனம்' என்ற ஒரு நிறுவனத்தைத் தோற்றுவித்தபோது இதற்கான தீர்வு துளிர்விட்டது. அவர்களுடைய முதல் தயாரிப்பான **கிளீன்ஸ்வீப் 1,** அதற்கு முன்பு எப்போதும் இல்லாத விதத்தில் மிகப் பெரிய எண்ணிக்கையில் தயாரிக்கப்பட்டு, பந்தய விளையாட்டுகளுக்கான பிரத்யேகத் துடப்பமாகச் சந்தைப்படுத்தப்பட்டது. உடனடியாக அது அமோக வெற்றி பெற்றது. ஒரு வருடத்திற்குள்ளாகவே நாட்டிலுள்ள அனைத்துக் குவிடிச் குழுக்களும் இத்துடப்பங்களில் ஏறிப் பயணித்தனர்.

ஆனால், பந்தய மந்திரத் துடப்பச் சந்தை வெகுகாலத்திற்கு ஓலர்டன் சகோதரர்களின் ஏகபோக ஆதிக்கத்தில் விட்டுவைக்கப்படவில்லை. 1929ல் 'ஃபால்மவுத் ஃபால்கன்ஸ்' அணியில் விளையாடிக் கொண்டிருந்த ராண்டால்ஃப் கீட்ச்சும் பேசில் ஹார்ட்டனும் 'காமெட் பந்தயத் துடப்ப நிறுவனம்' ஒன்றைத் துவக்கினர். அதன் முதல் துடப்பத்தின் பெயர் **காமெட் 140.** இதை வெளியிடுவதற்கு முன்பு அந்த இருவரும் நூற்று முப்பத்து ஒன்பது முறை வெவ்வேறு துடப்பங்களைச் சோதனை செய்து பார்த்துவிட்டு, இறுதியில் 140வது முயற்சியில் அதை வெற்றிகரமாகத் தயாரித்திருந்ததால், அதற்கு இந்த எண் அளிக்கப்பட்டது. 'நிறுத்தும் வசியம்' ஒன்றை அவர்கள் இத்துடப்பத்தில் ஏற்றியிருந்தனர். இந்த வசியத்தின் காப்புரிமையை அவர்கள் தங்களுடைய பெயர்களில் பதிவு செய்து கொண்டனர். இந்த வசியத்தின் காரணமாக,

குவிடிச் வீரர்கள் கோல்போஸ்டைத் தாண்டிப் பறப்பது, தவறான பக்கத்தில் பறப்பது போன்றவை முடிவுக்கு வந்தன. இன்று பிரிட்டன் மற்றும் அயர்லாந்து குவிடிச் வீரர்கள் முதலில் தேர்ந்தெடுக்கும் மந்திரத் துடப்பமாகக் காமெட் விளங்குகிறது.

*1934*ல் 'கிளீன்ஸ்வீப் *2*' துடப்பமும், *1937*ல் 'கிளீன்ஸ்வீப் *3*' துடப்பமும், *1938*ல் 'காமெட் *180*' துடப்பமும் அறிமுகப்படுத்தப்பட்டவுடன், கிளீன்ஸ்வீப் மற்றும் காமெட் நிறுவனங்களுக்கு இடையேயான போட்டி இன்னும் தீவிரமடைந்தது. ஆனாலும் ஐரோப்பா நெடுகிலும் வேறுபல மந்திரத் துடப்ப நிறுவனங்களும் முளைக்கத்தான் செய்தன.

*1940*ல் **டின்டர்பிளாஸ்ட்** துடப்பம் அறிமுகமானது. 'எல்லர்பை அன்ட் ஸ்பட்மோர்' என்ற பிளாக் ஃபாரஸ்ட் நிறுவனத்தால் தயாரிக்கப்பட்ட இந்தத் துடப்பத்தில் நல்ல நெளிவுசுளிவுகளோடு பயணிக்க முடிந்தாலும், கிளீன்ஸ்வீப் மற்றும் காமெட் துடப்பங்களின் வேகத்தை அதனால் ஒருபோதும் எட்ட முடியவில்லை. *1952*ல் இந்நிறுவனம் **ஸ்விஃப்ட்ஸ்டிக்** என்ற புதிய துடப்பத்தை அறிமுகப்படுத்தியது. இந்தத் துடப்பம் டின்டர்பிளாஸ்ட்டைவிட வேகமாகச் சென்ற போதிலும், மேலெழும்போது அதன் ஆற்றல் குறைந்ததால், தொழில்முறை குவிடிச் அணியினர் அதை ஒருபோதும் பயன்படுத்த முன்வரவில்லை.

*1955*ல் 'யுனிவர்சல் துடப்ப நிறுவனம்' **ஷூட்டிங் ஸ்டார்** என்ற துடப்பத்தை அறிமுகம் செய்தது. இன்றுவரை விலை மலிவாக உள்ள பந்தயத் துடப்பம் இதுதான். அறிமுகப்படுத்தப்பட்டப் புதிதில் ஷூட்டிங் ஸ்டார் துடப்பம் பிரபலமடைந்தபோதிலும், துரதிர்ஷ்டவசமாக,

பந்தய மந்திரத் துடப்பங்களின் உருவாக்கமும் வளர்ச்சியும்

ஓக்ஷாஃப்ட் 79 - 1879

கிளீன்ஸ்வீப் 1 - 1926

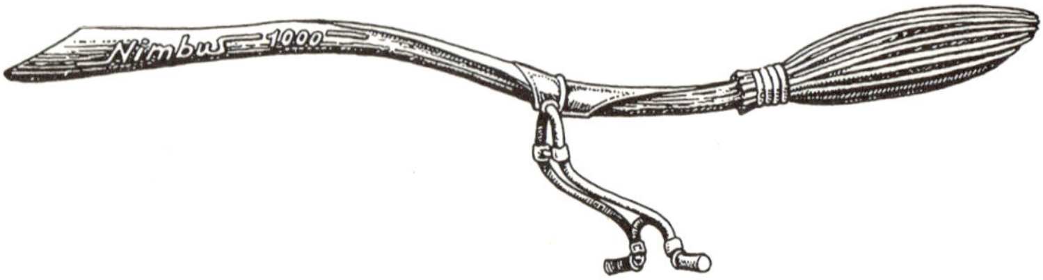

நிம்பஸ் 1000 - 1967

அத்துடப்பம் பழையதானவுடன் தன் வேகத்தையும் உயரத்தையும் இழக்கத் தொடங்கியதால் 1978ல் யுனிவர்சல் துடப்ப நிறுவனம் இழுத்து மூடப்பட்டது.

1967ல் துவக்கப்பட்ட 'நிம்பஸ் பந்தயத் துடப்ப நிறுவனம்' மந்திரத் துடப்ப உலகை ஒரு கலக்குக் கலக்கியது. அது அறிமுகப்படுத்திய **நிம்பஸ் 1000** துடப்பம்போல ஒரு துடப்பம் அதுவரை தயாரிக்கப்பட்டிருக்கவில்லை. அந்தத் துடப்பம் மணிக்கு நூறு மைல் வேகத்தை எட்டியது. அதோடு, நடுவானில் அதனால் 360 டிகிரி கோணத்தில் திரும்ப முடிந்தது. இத்துடப்பம் 'ஒக்ஷாஃப்ட் 79' துடப்பத்தின் நம்பகத்தன்மையையும் கிளீன்ஸ்வீப்பின் நெகிழ்வுத்தன்மையையும் ஒருங்கே கொண்டிருந்தது. ஐரோப்பாவிலுள்ள தொழில்முறை குவிடிச் அணிகள் அனைத்தும் உடனடியாக இத்துடப்பத்திற்குத் தாவின. அதற்குப் பிறகு அறிமுகப்படுத்தப்பட்ட மாடல்களும் (1001, 1500 மற்றும் 1700) நிம்பஸ் பந்தயத் துடப்ப நிறுவனம் தொடர்ந்து முதலிடத்தில் இருக்க உதவின.

ஃபிளைட் மற்றும் பார்க்கரால் 1990ல் அறிமுகப்படுத்தப்பட்ட **டுவிகர் 90** மந்திரத் துடப்பம் நிம்பஸை முதல் நிலையிலிருந்து உருட்டிவிடும் நோக்கத்தில் தயாரிக்கப்பட்டது. அது பார்ப்பதற்குக் கவர்ச்சிகரமாக இருந்தது. அதோடு, உள்ளடங்கிய ஓர் எச்சரிக்கை மணி, தானாகவே நேராகிக் கொள்ளும் தூரிகை போன்ற பல கூடுதல் வசதிகளும் அத்துடப்பத்தில் சேர்க்கப்பட்டிருந்தன. ஆனால் அதிவேகத்தில் பறந்தபோது அதன் வடிவம் கோணலாகியது கண்டுபிடிக்கப்பட்டது. அதன் பிறகு, அறிவுப் பஞ்சமும் அபரிமிதமான பணமும் கொண்ட மந்திரவாதிகள் மட்டுமே பறப்பதற்கு அது தகுதியானது என்ற அவப்பெயர் அதனோடு ஒட்டிக் கொண்டது.

10

குவிடிச் இன்று

உலகெங்கும் குவிடிச் விளையாட்டு அதன் ரசிகர்களைத் தொடர்ந்து துடிப்புடன் வைத்திருக்கிறது. இன்று பணம் கொடுத்து ஒரு நுழைவுச் சீட்டை வாங்கி ஒரு குவிடிச் விளையாட்டைப் பார்க்கச் செல்லும் ஒவ்வொருவரும், பறப்பதில் மிகத் திறமை வாய்ந்த வீரர்களுக்கு இடையே நடக்கும் ஒரு சிறப்பான ஆட்டத்தைக் காணத் தவறுவதில்லை (ஆட்டம் தொடங்கி ஐந்து நிமிடங்களுக்குள் ஸ்னிச் பிடிபட்டுவிட்டால்தான் பிரச்சனை. அப்போது எல்லோருக்கும் பெரும் ஏமாற்றம் ஏற்படும் என்பது உறுதி). இந்த விளையாட்டையும் தங்களையும் இன்னும் மேம்படுத்திக் கொள்வதில் ஆர்வமாக இருந்த மந்திரவாதிகளும் மந்திரவாதினிகளும் கண்டுபிடித்திருந்த சிக்கலான நகர்வு உத்திகள்தான் இந்த ஆட்டத்தைப் பெரிதும் ரசிக்கும்படி செய்கின்றன. அவற்றில் சிலவற்றை நாம் இப்போது பார்க்கலாம்.

பிளட்ஜர் பேக்பீட்

இந்த உத்தியில், அடிப்பவன் தன்னுடைய மட்டையைக் கொண்டு பிளட்ஜரைப் பின்புறமாக அடிப்பான். அப்போது பந்து முன்னே செல்வதற்குப் பதிலாகப் பின்னால் செல்லும். இதைத் துல்லியமாகச் செய்வது கடினம் என்றாலும் எதிராளிகளைக் குழப்ப இது சிறந்த உத்தி.

டாப்பிள்பீட்டர் டிஃபென்ஸ்

இந்த உத்தியில், அணியில் இருக்கும் அடிப்பவர்கள் இருவரும் ஒரே சமயத்தில் பிளட்ஜரை அடிப்பர். பிளட்ஜர்மீது அதிகமான ஆற்றல் பிரயோகிக்கப்படுவதால் அது சிட்டெனப் பறக்கும்.

டபுள்-எயிட் லூப்

இது தடுப்பவன் பயன்படுத்தும் ஓர் உத்தி. பொதுவாக இது பெனால்டி கோல் போடும்போது பிரயோகிக்கப்படுகிறது. இதில், தடுப்பவன் அதிவேகத்தில் கோல் வளையங்கள் மூன்றையும் சுற்றி வேகமாகப் பறப்பான்.

ஹாக்ஸ்ஹெட் அட்டாக்கிங் ஃபார்மேஷன்

இதில், துரத்துபவர்கள் ஓர் அம்பு போன்ற வியூகம் ஒன்றை அமைத்து கோல் வளையத்தை நோக்கி ஒன்றாகப் பறப்பர். இது எதிராளியை வெகுவாகக் கலவரப்படுத்தும். அதனால் வழிவிட்டு ஒதுங்கிக் கொள்ளும் கட்டாயத்திற்கு அவர்கள் ஆளாவர்.

பார்க்கின்ஸ் பின்ஸர்

இதை முதன்முதலாகக் கண்டுபிடித்த விக்டவுன் வான்டரர்ஸ் அணியின் துவக்ககால உறுப்பினர்களின் பெயரில் இது அழைக்கப்படுகிறது. எதிரணியின் துரத்துபவனை இரு பக்கமும் இருந்து இந்த அணியின் துரத்துபவர்கள் இருவரும் நெருக்குவர். அதே சமயம், மூன்றாவது துரத்துபவன் எதிரணியின் துரத்துபவனை நோக்கி முன்னாலிருந்து வேகமாக வருவான்.

பிளம்டன் பாஸ்

இது தேடுபவன் கடைபிடிக்கும் ஓர் உத்தி. கவனக்குறைவாகத் திரும்புவதுபோலத் திடீரென்று திரும்பி ஸ்னிச்சைத் தன் சட்டையின் கைக்குள்ளாகப் பிடிப்பதுதான் இந்த உத்தி. டட்ஷில் டோர்னேடோஸ் அணியைச் சேர்ந்த தேடுபவன் ரோட்ரிக் பிளம்டனின் பெயரில் இது அழைக்கப்படுகிறது. 1921ல் ஒரு முக்கியப் போட்டியில் அவன் இந்த உத்தியை வெற்றிகரமாகக் கடைபிடித்து ஒரு புதிய சாதனையை ஏற்படுத்தினான். இது ஒரு தற்செயலான நிகழ்வு என்று சில விமர்சகர்கள் கூறினாலும், பிளம்டன் தன் இறுதி மூச்சு வரைக்கும் தான் இந்த உத்தியைத் தெரிந்தே பயன்படுத்தியதாகத் தொடர்ந்து சத்தியம் செய்து வந்தான்.

போர்ஸ்காஃப் பிளாய்

இந்த உத்தியில், குவாஃபிலை எடுத்து வருகின்ற துரத்துபவன் வேகமாக மேலே எழும்புவான். அவன் தங்களிடமிருந்து தப்பித்து கோல் போடுவதற்காகச் செல்வதாக எதிரணியினர் நினைத்துக் கொள்வர். ஆனால் அவன் திடீரென்று தனக்கு நேர் கீழே, தயாராகக் காத்திருக்கும் தன் அணியைச் சேர்ந்த இன்னொரு துரத்துபவனிடம் அப்பந்தை எறிந்துவிடுவான். இதில் துல்லியம் மிகவும் முக்கியம். ரஷ்ய நாட்டைச் சேர்ந்த துரத்துபவள் பெட்ரோவா போர்ஸ்காஃபின் பெயரில் இந்த உத்தி அழைக்கப்படுகிறது.

ரிவர்ஸ் பாஸ்

ஒரு துரத்துபவன் தன் அணியிலுள்ள மற்றோர் உறுப்பினருக்குத் தன் தோளுக்குப் பின்னால் குவாஃபிலை எறிவதுதான் இந்த உத்தி. இதைத் துல்லியமாக எறிவது மிகவும் சிரமம்.

ஸ்லாத் கிரிப் ரோல்

ஒரு பிளட்ஜர் தாக்க வரும்போது அதிலிருந்து தப்பிப்பதற்காகத் தன் மந்திரத் துடப்பத்தில் தலைகீழாகக் கவிழ்வதுதான் இந்த உத்தி. அப்போது அவன் தன் இரு கைகளாலும் கால்களாலும் மந்திரத் துடப்பத்தை இறுக்கமாகப் பிடித்திருக்க வேண்டும்.

ஸ்டார்ஃபிஷ் மற்றும் ஸ்டிக்

இது கோலைத் தடுப்பவன் கையாளும் உத்தி. இதில் தடுப்பவன் நிலத்திற்கு இணையாக மந்திரத் துடப்பத்தை வைத்துக் கொண்டு அதை ஒரு கையால் பிடித்துக் கொண்டு தன் ஒரு காலை அதில் தூக்கிப் போட்டுப் பிணைத்துக் கொள்வான். அடுத்தக் காலையும் கையையும் அவன் நீட்டிக் கொள்வான் (7வது படத்தைப் பார்க்கவும்). இந்த உத்தி ஒருபோதும் முயற்சிக்கப்படக்கூடாது.

படம் 7

டிரான்சில்வேனியன் டேக்கிள்

இந்த உத்தி 1473ல் நடைபெற்ற உலகக் கோப்பை போட்டியில் முதன்முதலாகப் பயன்படுத்தப்பட்டது. மூக்கைக் குத்துவது போன்ற பாசாங்கு இது. எதிராளியின் உடல்மீது அவன்

கை படாதவரை இது விதிமீறல் கிடையாது. விளையாட்டு வீரர்கள் இருவரும் தங்களுடைய மந்திரத் துடப்பங்களில் படுவேகமாகப் பறந்து கொண்டிருக்கும்போது இதை வெற்றிகரமாகப் பயன்படுத்துவது மிகவும் சிரமம்.

வாலன்காங் ஷிம்மி

இந்த உத்தியைக் கச்சிதப்படுத்தியவர்கள் ஆஸ்திரேலிய வாலன்காங் வாரியர்ஸ் அணியினர்தான். துரத்தி வருகின்ற எதிரணியினரிடமிருந்து தப்பிப்பதற்காக இந்தப் பக்கமும் அந்தப் பக்கமும் படுவேகத்தில் தாறுமாறாக ஓடுவதுதான் இந்த உத்தி.

விரோன்ஸ்கி ஃபெயின்ட்

இந்த உத்தியில், தேடுபவன், தான் ஸ்னிச்சைப் பார்த்துவிட்டதுபோல வேகமாகத் தரையை நோக்கிப் பாய்வான். ஆனால் நிலத்தைக் கிட்டத்தட்ட நெருங்கும்போது அவன் சடாரென்று மேல்நோக்கித் திரும்புவான். தன்னைப் பிரதியெடுக்கும் எதிரணியின் தேடுபவனை ஏமாற்றி நிலத்தில் விழ வைப்பதுதான் இதன் நோக்கம். போலந்து நாட்டுத் தேடுபவன் ஜோசப் விரோன்ஸ்கியின் பெயரில் இந்த உத்தி அழைக்கப்படுகிறது.

கெர்ட்டி கெடில் என்ற மந்திரவாதினி குவிர்டிச் சதுப்பு நிலப் பகுதியில் முதன்முதலாகப் பார்த்த ‘அந்த மரமண்டைகள்’ ஆட்டத்திலிருந்து குவிடிச் விளையாட்டு இன்று வெகுதூரம் வந்துள்ளது என்பதில் எந்தவிதமான சந்தேகமும் இருக்க முடியாது. இன்று அந்த மந்திரவாதினி உயிருடன் இருந்திருந்தால் இந்த விளையாட்டின் ஆற்றலையும் கவித்துவத்தையும் கண்டு அவள் உற்சாகம் அடைந்திருப்பாள் என்பது உறுதி. தலைசிறந்த, அற்புதமான இந்த விளையாட்டு என்றென்றும் தொடர்ந்து பரிணாம வளர்ச்சி அடைந்து கொண்டிருக்கட்டும், வருங்கால மந்திரவாதிகளும் மந்திரவாதினிகளும் இதைக் கோலாகலத்துடன் அனுபவித்து மகிழட்டும்!

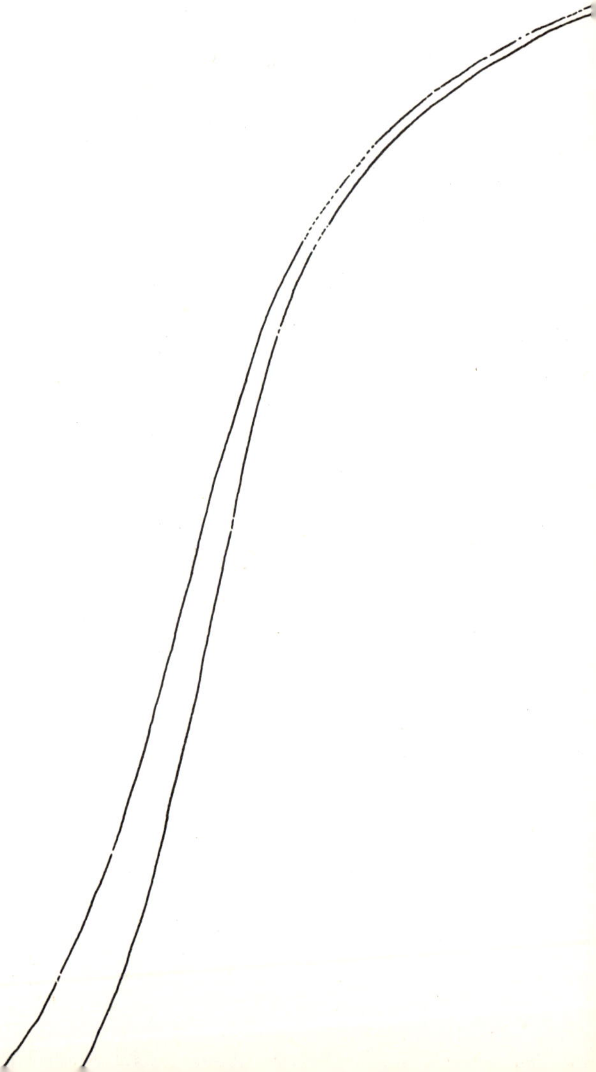

நூலாசிரியர் குறிப்பு

கென்னில்வொர்த்தி விஸ்ப் மிகவும் மதிக்கப்பட்ட ஒரு குவிடிச் வல்லுனர் (தன்னை அவர் இந்த விளையாட்டு வெறியன் என்று அழைத்துக் கொள்கிறார்). அவர் குவிடிச் தொடர்பாகப் பல புத்தகங்களை எழுதியுள்ளார். 'த வொன்டர் ஆஃப் விக்டவுன் வான்டரர்ஸ்,' 'ஹி ஃப்ளூ லைக் எ மேட்மேன்' ('டேஞ்சரஸ் டாய்' லெவனினின் சரிதை), 'பீட்டிங் த பிளட்ஜர்ஸ் - எ ஸ்டடி ஆஃப் டிஃபென்சிவ் ஸ்ட்ராட்டஜீஸ் இன் குவிட்டிச்' ஆகியவை அவற்றில் குறிப்பிடத்தக்கவை.

கென்னில்வொர்த்தி விஸ்ப் நாட்டிங்ஹாம்ஷயரில் இருக்கும் தன்னுடைய இல்லத்திலும் இருப்பார் அல்லது அந்த வாரம் விக்டவுன் வான்டரர்ஸ் எங்கு விளையாடிக் கொண்டிருக்கிறார்களோ அங்கும் இருப்பார். பேக்கேமன் பகடை ஆட்டம் விளையாடுதல், சைவ உணவு சமைத்தல், புராதன மந்திரத் துடப்பங்களைச் சேகரித்தல் ஆகியவற்றில் அவர் பெரும் ஈடுபாடு கொண்டுள்ளார்.

COMIC RELIEF

2001ம் ஆண்டிலிருந்து ஜே.கே. ரோலிங் எழுதியுள்ள புத்தகங்கள், குறிப்பாக காமிக் ரிலீஃப் தொண்டு நிறுவனத்திற்காக அவர் எழுதியுள்ள 'குவிடிச் - மாயாஜால விளையாட்டின் வரலாறு' புத்தகமும் 'மாயாஜால விலங்குகளும் அவை ரகசியமாக உலாவும் இடங்களும்' புத்தகமும் இதுவரை 2 கோடி பவுண்டுகள் நிதி திரட்டிக் கொடுத்திருக்கின்றன. இந்த மாயாஜாலமான பெரும்பணம் ஏற்கனவே எண்ணற்ற மக்களின் வாழ்க்கையைச் சிறப்பாக மாற்றுவதற்காகக் கடினமாக உழைத்துக் கொண்டிருக்கிறது.

இப்புதிய பதிப்பின் மூலமாகத் திரட்டப்படும் நிதி, உலகெங்குமுள்ள குழந்தைகள் மற்றும் இளைஞர்களுக்காகச் செலவிடப்படும். எதிர்காலத்தில் பாதுகாப்பாகவும் ஆரோக்கியமாகவும் கல்வி அறிவோடும் திகழ்வதற்கு அவர்கள் தங்களைத் தயார்படுத்திக் கொள்ள அது அவர்களுக்கு வாய்ப்பளிக்கும். மோதல்கள், வன்முறை, புறக்கணிப்பு, போன்றவற்றை உள்ளடக்கிய மிகக் கடினமான சூழல்களில் தங்களுடைய வாழ்க்கையைத் துவக்கும் குழந்தைகளுக்கு உதவ வேண்டும் என்பதில் நாங்கள் குறியாக இருக்கிறோம்.

உங்கள் ஆதரவுக்கு மிக்க நன்றி. காமிக் ரிலீஃப் அமைப்பைப் பற்றி மேலும் தெரிந்து கொள்ள comicrelief.com என்ற இணையத்தளத்திற்குச் செல்லுங்கள். முகநூல் அல்லது டுவிட்டர் (@comicrelief) மூலமாகவும் நீங்கள் எங்களைப் பின்தொடரலாம்.

உலகம் நெடுகிலும் ஐந்து லட்சம் குழந்தைகள் அனாதை இல்லங்களில் வாழ்ந்து கொண்டிருக்கின்றனர். ஆனால் அவர்களில் எண்பது சதவீதத்தினர் உண்மையான அனாதைகள் அல்ல.

பெரும்பாலான குழந்தைகள் இந்த இல்லங்களில் சேர்க்கப்பட்டுள்ளதற்குக் காரணம் அவர்களுடைய பெற்றோர் ஏழைகள் என்பதும், அவர்களால் அக்குழந்தைகளுக்குத் தேவையானவற்றைக் கொடுக்க முடியாமல் இருப்பதும்தான். பல அனாதை இல்லங்கள் நல்ல நோக்கத்துடன் நிறுவப்பட்டிருந்தாலும், அத்தகைய இல்லங்களில் வளர்க்கப்படுகின்ற குழந்தைகளின் ஆரோக்கியமும் வளர்ச்சியும் பாதிக்கப்படுகின்றன என்றும், அவர்கள் உடல்ரீதியாகவும் மனரீதியாகவும் சித்தரவதைக்கு ஆளாவதற்கும் கடத்தப்படுவதற்குமான வாய்ப்புகள் அதிகரிக்கின்றன என்றும், ஒரு மகிழ்ச்சியான மற்றும் ஆரோக்கியமான எதிர்காலத்திற்கான அவர்களுடைய வாய்ப்புகள் வெகுவாகக் குறைகின்றன என்றும் எண்பது ஆண்டுகளுக்கும் மேலாக மேற்கொள்ளப்பட்டு வருகின்ற ஆய்வுகள் கூறுகின்றன.

சுருக்கமாகக் கூறினால், குழந்தைகளுக்குத் தேவை அனாதை இல்லங்கள் அல்ல, அவர்களுக்குத் தேவை குடும்பங்களே.

ஜே.கே. ரோலிங்கால் தோற்றுவிக்கப்பட்ட லூமோஸ் என்ற தொண்டு நிறுவனத்திற்கு, இருட்டான இடங்களுக்கு வெளிச்சத்தைக் கொண்டுவருவதற்கு ஹாரி பாட்டர் பயன்படுத்துகின்ற ஒரு வசியத்தின் பெயர் கொடுக்கப்பட்டுள்ளது. லூமோஸில் நாங்கள் துல்லியமாக அதைத்தான் செய்கிறோம். அனாதை இல்லங்களில் மறைத்து வைக்கப்பட்டுள்ள குழந்தைகளை வெளிச்சத்திற்குக் கொண்டுவரவும், உலக அளவில் பராமரிப்பு நிறுவனங்களின் நிர்வாக அமைப்புமுறையைப் பரிபூரணமாக மாற்றவும் நாங்கள் முயற்சித்து வருகிறோம். குழந்தைகள் தங்களுக்குத் தேவையான குடும்பங்களையும் எதிர்காலத்தையும் பெறுவதற்கு அவர்களுக்கு உதவுவதே லூமோஸ் அமைப்பின் நோக்கமாகும்.

நீங்கள் இப்புத்தகத்தைப் பணம் கொடுத்து வாங்கியுள்ளதற்கு மிக்க நன்றி. மாற்றம் வேண்டித் துவக்கப்பட்டுள்ள உலகளாவிய இயக்கத்தின் ஒரு பகுதியாக ஜே.கே. ரோலிங்கோடும் லூமோஸோடும் நீங்கள் இணைந்து கொள்ள விரும்பினால், அது குறித்த விபரங்களுக்கு wearelumos.org, @lumos மற்றும் ஃபேஸ்புக்கைப் பார்க்கவும்.

உங்களுக்காகக் காத்துக் கொண்டிருக்கிறது
மாயாஜாலக் கொண்டாட்டம்!

HARRY POTTER BOOK NIGHT

இந்த வேடிக்கைக் கொண்டாட்டத்தில்
கலந்து கொள்ள ஆவலாக இருக்கிறீர்களா?
இங்கே நுழையுங்கள்:

harrypotterbooknight.com

விளையாட்டுகள், போட்டிகள்
மற்றும் வேடிக்கை வினோதங்களைத்
தரவிறக்கம் செய்ய:

harrypotter.bloomsbury.com